மட்டுநகர் கண்ணகைகள்

ஆறு நாடகங்கள்

அ. மங்கை

&

சூரியா பெண்கள் கலாச்சாரக் குழு

MATUNAGAR KANNAKAIGAL (in Tamil)
A. MANGAI
First Published: December, 2018

Published by

BHARATHI PUTHAKALAYAM
7, Elango Salai, Teynampet, Chennai - 600 018
Email: thamizhbooks@gmail.com
www.thamizhbooks.com

மட்டுநகர் கண்ணகைகள்

அ. மங்கை & சூரியா பெண்கள் கலாச்சாரக் குழு

முதல் பதிப்பு: டிசம்பர், 2018

வெளியீடு:

7, இளங்கோ சாலை, தேனாம்பேட்டை, சென்னை - 600 018.
தொலைபேசி : 044 24332424, 24356935 விற்பனை: 24332924

விற்பனை நிலையங்கள்

7, இளங்கோ சாலை, தேனாம்பேட்டை, சென்னை 600 018

மதுரை: 37A, பெரியார் பேருந்து நிலையம் – 045 22324674
ஈரோடு: 39: 39 ஸ்டேட் பாங்க் சாலை – 9245448353
திண்டுக்கல்: பேருந்து நிலையம் – 9942331105, 9976053719
பழனி: பேருந்து நிலையம் அருகில் – 9442883696
திருப்பூர்: 447, அவினாசி சாலை – 9486105018
சேலம்: பாலம் 35, அத்வைத ஆஸ்ரமம் சாலை 0427 2335952
திருவல்லிக்கேணி: 48, தேரடி தெரு – 9444428358
வடபழனி: பேருந்து நிலையம் எதிரில் அடையார்
ஆனந்தபவன் மாடியில் – 9444476967
பெரம்பூர்: 52, கூக்ஸ் ரோடு – 9444373716
திருவாளூர்: 35, நேதாஜி சாலை – 9442540543
சேலம்: 15, வித்யாலயா சாலை சாலை
திருநெல்வேலி: 25A, ராஜேந்திரநகர் – 9442149981
அருப்புக்கோட்டை: 31, அகமுடையார் மஹால் – 9994173551
மதுரை: சர்வோதயா மெயின்ரோடு
குன்னூர்: N.K.N வணிக வளாகம் பெட்போர்ட்
செங்கல்பட்டு: 1 D ஜி.எஸ்.டி சாலை – 044 27426964
விருதுநகர்: 131, கச்சேரி சாலை – 0456 2245300
கும்பகோணம்: 352, ரயில் நிலையம் எதிரில் – 9443995061
வேலூர்: பேஸ் III, சத்துவாச்சாரி – 9442553893
நெய்வேலி: பேருந்து நிலையம் அருகில், – 9443659147
தஞ்சாவூர்: காந்திஜி வணிக வளாகம் காந்திஜி சாலை – 9655542400
கோவை: 77, மசக்காளிபாளையம் ரோடு, பீளமேடு – 8903707294
திருச்சி: வெண்மணி இல்லம், கரூர் புறவழிச்சாலை – 9994289492
திருவண்ணாமலை: முத்தம்மாள் நகர்
நாகர்கோவில்: 699 கே.பி.ரோடு R.V. புரம் – 9443450111
சிதம்பரம்: 22A / 18B தேரடி கடைத் தெரு,
கீழவீதி அருகில் – 9994399347
கரூர்: நாரத கானசபா அருகில் (TNGEA OFFICE)– 9442706676

முகப்பு ஓவியம் : கமலா வாசுகி
உள் ஓவியம் : ஓவியர் மருது

நினைத்த நூல்கள்... நினைத்த நேரத்தில்...

 ⓒ 8778073949

அச்சு: கணபதி எண்டர்பிரைசஸ், சென்னை - 600 002.

இந்நூல்...

போரால் சிதைந்த, சிதறுண்ட,
காணாமல் ஆக்கப்பட்ட,
சின்னாபின்னமாகிப்போன
தோழமை உறவுகளின் நினைவுக்கு....

அணிந்துரை

1997 ஆம் ஆண்டு தமிழ் நாட்டுக்கு இலக்கியக் கருத்தரங்கு ஒன்றுக்காக சென்றபோது மங்கை அவர்களை முதன் முதலாக நேரில் சந்தித்தேன். நாடகத் துறையிலும் சமூக செயல் வாதத்திலும் உள்ள அவரது ஈடுபாட்டினால் ஏற்கனவே அவரைப்பற்றி அறிந்திருந்தேன். ஒத்த கருத்துக்களால் மானசீகமான புரிதலும் இருந்தது. நேரிற் கண்டபோது நீண்டகால நண்பிகள் போல இணைந்து கொண்டோம்.

பின்னர் 1998இல் சூரியா கலாசாரக் குழுவினருக்கு நாடகப் பயிற்சிப் பட்டறையை நடத்துவதற்கு மங்கையை மட்டக் களப்புக்கு அழைத்தோம். அப்போது அவர் விபத்தொன்றில் சிக்கி கை முறிந்திருந்தது எமக்கும் தெரியாது. எனினும் கூப்பிட்டதும் மறுக்காமல் அவர் வந்தபோதுதான் எமக்கு அது தெரிய வந்தது. நாடகத்திலும் பெண்ணிய செயற்பாட்டிலு மிருந்த ஆர்வமும் அக்கறையுமே உடல் நலக் குறைவையும் தள்ளிவைத்து இன்னோர் புதுச் சூழலுக்கும் இடத்திற்கும் வருவதற்கு அவரை ஈர்த்தது. இவ்வாறுதான் மங்கையுடனான பெண்ணிய உரையாடலும் கலைப் பயணமும் இருபது வருடங்களாகத் தொடர்கிறது.

மங்கை இங்கு வந்த முதல் நாளே எமது கலாசார குழுவினருடனும் ஏனைய அலுவலகர்களுடனும் இணைந்து கொண்டார். சந்தித்ததுமே தாமதமின்றி எவருடனும் இலகுவில் பழகும், நெருங்கும் அவரது இயல்பு அவர்களையும் எந்தத் தயக்கமுமின்றிப் பேசவைத்தது.

அக்காலகட்டத்தின் அரசியற் சமூகபொருளாதாரச் சூழல் பற்றிய பொதுக் கலந்துரையாடலின் பின் மங்கை தனது பயிற்சிக்களத்தை ஆரம்பித்தார். அந்த வதிவிடப் பயிற்சியின்

பலனாக மூன்று அளிக்கைகள் உருவாகின. இத் தொகுதியில் உள்ள பாரமுறிவிளையாட்டு, நிசப்த இரைச்சல், மட்டுநகர் கண்ணகைகள் ஆகியவை.

இத் தொகுதியில் ஆறு ஆற்றுகைகள் அடங்குகின்றன.1998 முதல் 2016 வரையிலான காலப்பகுதியில் உருவானவை இவை. பாரமுறிவிளையாட்டு, நிசப்த இரைச்சல், மட்டுநகர் கண்ணகைகள் (1998), ஒரு பிடி அன்பு (2002), காவலம்மா (2011), துயர் மறுப்போம் (2016) ஆகியவை இவை. ஆறு ஆற்றுகைகளின் ஆதாரமாயிருந்த எழுத்துருக்கள் இவை. பாடல்களின் இசை, அவற்றுக்கான அசைவுகள், ஆடல்கள், குரல், உடல் இயக்கங்கள் ஆகியவற்றால் இவை முழு ஆற்றுகைகளாகப் பரிணமித்தன.

இந்த எழுத்துருக்களை மீண்டும் ஒருதரம் படிக்கும் போதும் இவற்றின் ஆற்றுகைகளை நினைவுறுத்தும் போதும் இவற்றுக் கூடான சிலபொதுத் தன்மைகள் மனதில் மேலெழுகின்றன.

முதலாவதாக இவற்றின் கூட்டுப் படைப்புத் தன்மை, நாடக எழுத்தாளர், நடிகர்கள் என்ற மரபான வேறுபாடின்றி கலைஞர்களுடனான உரையாடல்கள், அவர்களது அனுபவங்கள், கதைகள், பகிர்வுகள் முதலியவற்றையெல்லாம் சேர்த்த கூட்டுப் படைப்புகளாக இவை அமைந்தமை.

மங்கையுடனான நெருக்கமான உறவு பயிற்சிக்களத்தின் ஆரம்பத்திலேயே நடிகர்களுடன் உருவாகிவிடுகிறது. தனிப்பட்ட கதைகளிலிருந்து சமய, சமூக, அரசியல் பார்வைகளைப் பகிர்ந்து கொள்வதற்கு இந்த நெருக்கம் துணைசெய்யும். இவற்றின் மூலம் ஆற்றுகையின் கரு ஓரளவுக்கு உருவாகிவிடும்.

மட்டக்களப்பில் வழங்கும் சில தொன்மங்கள், விளையாட்டுக்கள், பாடல்கள், இசைவடிவங்கள், ஆட்டக் கோலங்கள் முதலியவற்றையும் மங்கை பரிச்சயப்படுத்திக் கொண்டார். இந்தப் பரிச்சயம் அவரது வாசிப்பு, நண்பிகளுடனான உரையாடல்கள், ஆற்றுகை செய்வோரின் பகிர்வுகள் மூலம் பெற்றுக் கொண்டவையாகும். மட்டக்களப்பின் முக்கிய தெய்வங்களுள் ஒன்றான கண்ணகையம்மன், அது சார்ந்தகதை, நம்பிக்கை, சடங்கு, சடங்கிசை ஆகியவற்றை ஆதாரமாக வைத்து மட்டுநகர் கண்ணகைகள் ஆற்றுகை

உருவானதை உதாரணமாகக் கூறலாம். தாலாட்டு, ஒப்பாரி, குளிர்த்திச் சடங்குப் பாடல்கள் என மேலும் சிலவும் இடம் பெற்றன.

இவ் வகையில் பார்ப்போருக்கும் பங்குபெற்றுவோருக்கும் ஏற்கனவே தெரிந்த, அன்றாட வாழ்க்கை விடயங்கள் ஆற்றுகையில் இடம் பெறும். இதனால் ஆற்றுகைகள் நிகழ்த்திய இடங்களில் பார்ப்போருடன் கலந்துரையாடல்களை நடத்துவதும் அவர்களது கருத்துகளைப் பெறுவதும் இலகுவானது. ஏனெனில் இவை பார்ப்போருக்கும் பங்குபற்றுவோர்களுக்கும் இடையிலான இடைவெளியைக் குறைத்தன. சிலசமயங்களில் அவர்களைச் சங்கமிக்கவும் வைத்தன.

இன்னோர் பிரதான பொதுத்தன்மை இந்த ஆற்றுகைகளின் பேசுபொருளாகும். இலங்கைப் பெண்களின், குறிப்பாக வடகிழக்குப் பெண்களின், வாழ்வு கடந்த முப்பது வருடப் போர்க்காலத்தில் வெவ்வேறு வகையிலும் வடிவிலும் பாதிக்கப்பட்டது. ஆயுத மோதல்களாலும் இராணுவவாதத் தாலும் சமூகங்கள் மிகமோசமான பாதிப்புகளுக்கும் உளவியல் அழுத்தங்களுக்கும் முகங்கொடுத்தன. அதிலும் குறிப்பாகப் பெண்களும் குழந்தைகளும் அதிகம் இத்தகைய தாக்கங்களுக்கு ஆளாகின்றனர் என்பது உலகப் பொதுவானது.

வடக்கிம் கிழக்கிலும் போர்க்காலத்தில் பெண்களும் பிள்ளைகளும் எதிர் கொண்ட வாழ்க்கை நெருக்கடிகள் பற்றிய விபரணங்களும் ஆய்வுகளும் வெளிவந்துள்ளன. இதுமாத்திர மன்றி இவை கலை வடிவமும் பெற்றுள்ளன. கவிதைகளாகி யுள்ளன. இடப்பெயர்வு, தமது அன்புக்குரியவர்கள் காணாமல் போதல், பாலியல் வன்முறைகள் வாழ்வாதாரங்களை இழத்தல் முதலியவை இக்காலத் துயர்மிகு வாழ்வின் பிரச்சனைகளாகும். இவற்றை இவ் ஆற்றுகைகள் கதைகளாகவும் பாடல்களாகவும் கவிதைகளாகவும் கையாளுகின்றன. பெண்கள் மாத்திரமல்லாது அன்றாடவாழ்வில் பயன்படும் பொருள்களும் உயிர் பெற்று இவை பற்றிக் கதைக்கின்றன. கதை கூறுகின்றன. துயர் மறுப்போம் ஆற்றுகையில் விளக்கிலிருந்து தேங்காய்த் துருவி வரை கதை சொல்லிகளாக உருக்கொள்கின்றன. போர்க்கால வாழ்வின் சாட்சிகளாகின்றன.

போரின் அவலங்கள் மாத்திரமன்றி சவால்களை எதிர்
கொண்டு தமது வாழ்வை மீண்டும் தளிர்க்கச் செய்ய
அவாவுறுதல் இன்னோர் பிரதான விடயமாக மேற்கிளம்பு
வதையும் குறிப்பிட்டாக வேண்டும். போர் முடிந்தபின் 2011, 2016
ஆண்டுகளில் உருவான காவலம்மா, துயர் மறுப்போம்
என்பவையில் போரின் பின்னான சவால்களும் அவற்றை
எதிர்கொள்ளும் விருப்பும், விடாமுயற்சியும், வாழ்வின் மீதான
நம்பிக்கையும் வெளிப்படுகின்றன.

இவ்வகையில் இலங்கையின் நிகழ்கால அரசியல் வரலாறு
சார்ந்த, போர்க்காலம், போரின் பிறகான காலம் பற்றிப்
பேசுவனவாகவும் இவை அமைகின்றன. இது மாத்திரமின்றி
தமிழ்ச் சமூகத்துள்ளேயே காணப்படும் பெண்கள்மீதான
பாரபட்சம், பெண் ஒடுக்குமுறை பற்றியும் இவை பேசுகின்றன
என்பதும் கவனிக்கவேண்டியதாகும்.

வெளிப்படையாகப் பொதுத்தளத்தில் பேசுவதற்குத்
தயங்கும் விடயங்களையும் பேசாத உணர்வுகளையும்
வினாக்களையும் விமர்சனங்களையும் கலாசாரத் தளத்துக்கூடாக
முன்வைக்கக் கூடிய சாத்தியங்கள வரலாற்றில் என்றும்
நிகழ்ந்துள்ளன. கவிதை, பாடல், நாடகம், திரைப்படம், ஓவியம்
என இந்த வெளி என்றுமே விரிந்துள்ளது.

இத்தொகுதி கலை இலக்கியத்தின் இத்தகைய இயங்கு
நிலை ஆற்றலுக்கும் ஒரு எடுத்துக்காட்டாகும்.

மங்கைக்குப் பாராட்டுக்களும் வாழ்த்துக்களும்.

பேரா. மௌ. சித்திரலேகா
மட்டக்களப்பு
இலங்கை
மார்கழி 2018

என்னுரை

ஈழத் தமிழ் அரங்கச் சூழலில் பெண்ணிய அரசியலும் பெண்ணிய அரங்கமும் மட்டுநகர் கண்ணகைகள் தொகுப்பை முன்வைத்து சில விவாதக் குறிப்புகள்

ஈழத் தமிழ் அரங்கம் தற்போது உலகளாவிய அரங்கமாக பரந்து விரிந்துள்ளது. தமிழக அரங்கமும் ஈழத் தமிழ் அரங்கமும் பலவிதமான கொண்டு, கொடுத்தல்களில் தொடர்ந்து ஈடுபட்டு வந்துள்ளன. ஈழத்தில் எழுந்த இனச்சிக்கலால் அரசியல் வயப்பட்ட எனக்கு, இந்திய நிலவெளியின் பகுதியான தமிழகம் ஒட்டியும், விலகியும் நிற்கவேண்டிய கணங்கள் குறித்தக் கவனம் உண்டு. எனவே, தமிழகத்தில் உள்ள அரங்கச் சூழலில் கால்பதித்து ஈழத்தமிழ் அரங்கம் குறித்து எனது விவாதங்களை வைக்கும் முறையியல் சிக்கல்களை நானறிவேன். அதேசமயம் பண்டைத் தமிழர் அரங்கம் குறித்த பேரா. கா. சிவத்தம்பி அவர்களின் ஆய்வு, இளைய. பத்மநாதன் அவர்களின் கீழ் அரங்கம் பயின்ற அனுபவம், தாசீசியஸ், பாலேந்திரா, மௌனகுரு, சிதம்பரநாதன், பால சுகுமார், ஜெயசங்கர், தேவானந்த், ஜெயரஞ்சனி போன்ற அரங்காளர்களோடான பரிச்சயம், மற்றும் குழந்தை சண்முகலிங்கம் அவர்களின் நாடகப் படைப்புகள் குறித்த மதிப்பு, கடந்த இருபது ஆண்டுகளாக மட்டக்களப்பு சூரியா பெண்கள் கலாச்சாரக் குழுவுடன் பணியாற்றும் வாய்ப்பு, ஸ்விட்சர்லாந்து, கனடா, பாரீஸ், ஆஸ்திரேலியா போன்ற நாடுகளில் உள்ள ஈழத்தமிழர் அரங்கச் செயல்பாடுகள் குறித்த தேடல்... போன்ற பல்வேறு காரணங்களால் பெண்ணிய அரங்கம் குறித்த சில விவாதங்களை முன்வைக்கத் துணிகிறேன். அதுமட்டுமின்றி பெண்ணிய அரசியல் அளிக்கும் உலகளாவிய பார்வையும், பிரதேசம் சார்ந்த தனித்துவம் குறித்த ஆழமும் இதற்கான துணிச்சலை எனக்கு அளிக்கிறது.

1980களின் தொடக்கத்தில் செயல்படத் தொடங்கிய பெண்கள் ஆய்வு வட்டம் பெண்ணியக் கேள்விகளை முன்னெடுக்கத் தொடங்கியது. அதேகாலச் சூழலில் மேலெழும்பத் தொடங்கிய இனப் போராட்டம் பெண்ணிய அரசியலையும் பெரிதும் பாதித்தது. அக்காலத்தில் வெளிவந்த சொல்லாத சேதிகள் கவிதைத் தொகுப்பு இதனை ஆழமாகச் சித்தரித்ததைக் காணலாம். போர்ச்சூழல் ஏற்படுத்திய நெருக்கடிகள், பெண்ணியப் புரிதல்கள், மாறிவரும் விழுமியங்களுக்கான வெளிப்பாடாக அத்தொகுப்பு அமைந்தது. அதன் பின்னரான தசாப்தங்கள் கடும் வன்முறை, புலப்பெயர்வு, உரிமை மீறல்கள், சொல்லொணா இழப்புகள் ஆகியவற்றுக்கு முகம் கொடுத்தது. இப்பின்னணியில் ஈழத்தமிழ் அரங்கம் பெற்ற மாற்றங்களைக் காண வேண்டியுள்ளது.

காலனீயத்தில் இருந்து விடுதலை பெற்ற இலங்கை தமிழ், சிங்கள இன மக்கள் தத்தம் மரபுக் கலைகளுக்கு ஊடாகத் தமது அடையாளத்தைத் தேடும் பின்காலனீய அரங்க முயற்சிகளைக் கையில் எடுத்தது. சிங்களத்தில் சரத்சந்திரரும், தமிழில் வித்தியானந்தமும் இப்போக்கைத் தொடங்கி வைத்தனர். இத்துடன் மேலைய அரங்கப் பயிற்சியைச் சாத்தியமாக்கிய ஆங்கில மொழி அரங்கமும் செயல்பட்டது. அதோடு கூட கல்விப்புலம் சாராமல் வெகுமக்கள் அரசியலைக் களத்தில் இருந்து பேசிய அம்பலத்தாடிகள் குழுவும் இயங்கி வந்தது. நடிகர் ஒன்றியம், நாடக அரங்கக் கல்லூரி ஆகியவற்றின் தொடக்கம் இப்போக்குகளை ஒன்றிணைக்கும் வாய்ப்பை ஏற்படுத்தியது என்பதை ஈழத் தமிழ் அரங்க வரலாற்று ஆசிரியர்கள் குறிப்பிடுகின்றனர். கற்கை நெறியாகப் பள்ளிகளிலும், ஆய்வுப் படிப்பாகப் பல்கலைக் கழக மட்டத்திலும் அரங்கமும் நிகழ்கலையும் அறிமுகப்படுத்தப்பட்டது. அதன் சாதக பாதகங்களை பேரா. மௌனகுரு தனது *ஈழத்துத் தமிழ் நாடக அரங்கு* (2004) நூலில் விவரமாகப் பேசுகிறார். மின்வசதியின்மை, அரங்க அளிக்கைகளுக்கான வசதியின்மை மற்றும் அரசியல் நெருக்கடிகள் மிகுந்த சூழலில் சிதம்பரநாதனின் *மண் கமழ்ந்த மேனியர்* புதியதொரு போக்கை உருவாக்கியது. மக்களைச் சென்றடையும் வீதிநாடகங்கள், கல்விக்கூடங்களில் சிறுவர் அரங்கம் போன்றவை உருவாகின. பல்வேறு தன்னார்வ அமைப்புகள் அரங்கத்தைப் பயிற்சி நெறியாக அறிமுகப்படுத்தத்

தொடங்கின. இத்தகைய பின்னணியில்தான் சூரியாவுடனான எனது அரங்கப் பயணம் தொடங்கியது.

உலக அளவில் பெண்ணிய அரங்கம், பெண்ணிய நாடகம் போன்றவற்றை முன்வைத்து அரசு சார்ந்த, அரசு சாராத பல்வேறு திட்டங்கள் தொடங்கப்பட்டதை ஆங்கிலேயே, அமெரிக்க அரங்க வரலாறுகள் கூறுகின்றன. பெண்களை அரங்கத்தில் கொண்டு வரவும், நடிப்பு மட்டுமல்லாது அரங்குசார் பிற துறைகளில் செயல்பட வைக்கவும், பெண் மைய சிந்தனைகளை மையப்படுத்தி நாடகப் பனுவல்களை உருவாக்கவும் முயற்சிகள் மேற்கொள்ளப்பட்டன. லிஸ் குட்மேன் (Liz Goodman) சூ எலென் கேஸ் (Sue- Ellen Case) போன்றோர் இவற்றைப் பெண்ணியக் கோட்பாடுகள் மூலம் அணுகினர். பெண்ணியப் பார்வை, பெண்ணிய அரங்க உருவாக்கம் பெண்ணிய அரசியலை முன்னெடுக்கும் அளிக்கைகள், பால்மை அடையாளங்கள் குறித்த விவாதங்களை முன்வைத்த நிகழ்வுகள் போன்றவை உலகந்தழுவிய அளவில் பரவலாகின. ஆனால், இத்தகைய திட்டமிட்ட பணிகள் மூன்றாம் உலக நாடுகளில் இருந்ததாகத் தெரியவில்லை. இந்தியாவில் பால்மை அரசியலும் அரங்கம் குறித்த ஆய்வை மேற்கொண்டபோது, மேற்குறித்த செயல்பாடுகள் பெண்ணிய அரசியலை முன்னெடுத்த குழுக்கள் / அமைப்புகள் மூலம் முன்னெடுக்கப்பட்டதை அறிய முடிந்தது. (Mangai. A, Acting up: Gender & Theatre in India, 1979 onwards, Leftword, 2015)

ஆந்த ஆய்வு அனுபவப் பின்னணியில், ஈழத்தமிழ் அரங்கில் பெண்ணிய அரங்கம் குறித்து அணுகும்போது சூரியாவுடன் செய்த அரங்கப் பணிகள் பெண்ணிய அரசியலின் ஒரு பகுதியாகப் படுகிறது. சூரியா பெண்கள் அபிவிருத்தி நிலையத்தின் பெண்ணிய செயல்வாதத்தின் ஒரு பகுதியாக இந்த அரங்கத்தைக் காணலாம். நானறிந்த வகையில் பெரும்பாலான குழுக்கள் இதுபோன்ற அரங்கச் செயல்பாடுகளைத் தொடர்ந்து மேற்கொள்வதில்லை. ஆனால், சூரியா அமைப்பு மௌனகுரு, தவராசா, ஜெய்சங்கர் போன்ற அரங்காளர்களின் ஒத்துழைப்போடு கலாச்சாரக் குழுவைத் துடிப்போடு வைத்திருந்தது. தொடர்ந்து தங்கள் பண்பாட்டுச் செயல்பாடுகளைச் செயல்படுத்தியும் வந்துள்ளது. தமிழகத்தில் இத்தகையதொரு எண்ணத்தோடு *மௌனக்குரல்* (Voicing Silence) என்ற திட்டத்தை 1992 இல் தொடங்கிய அனுபவம் எனக்குண்டு.

பெண்களின் அமைப்பாக்கம், அரசியல் மயமாக்கம் ஆகியவற்றின் ஒருபகுதியாக சூரியாவின் கலாச்சாரக்குழு பெண்ணிய அரங்கத்தைத் தொடங்கியுள்ளது எனலாம். ஈழத் தமிழ் அரங்க வரலாற்றில் பெண்ணிய அரங்கம் குறித்த முழுமையான ஆய்வு மேற்கொள்ள வேண்டிய தேவை உள்ளது. ஜெயரஞ்சனியின் ஆய்வு அதனைக் கோட்டுருவாகத் தொடங்கி உள்ளது. ஆனால் பெண்ணிய அரசியல் அதில் போதுமான அழுத்தம் பெறவில்லை.

1980களில் இறுதியில், கவிஞர் செல்வியைச் சந்திக்கும் வாய்ப்பு எனக்குக் கிட்டியது. கவிஞராகவும், நிகழ்கலை ஆய்வாளராகவும் இருந்த செல்வி என் மனதில் இன்று நிழலாடுகிறார். அவரிடம் இருந்த அரசியல், பெண்ணிய சிந்தனை, செயல்வாதத்தில் இருந்த பிடிமானம் ஆகியவற்றோடு பெண்ணிய அரங்கத்தைக் கையிலெடுப்பவர் யாரையும் என்னால் இப்போது ஈழத்தமிழ் அரங்கில் காணமுடியவில்லை. அரங்கவியல் கல்விப்புலம் சார் துறையாக நின்று நிலைத்த அளவுக்கு, ஈழத் தமிழ்ச் சூழலில் அரசியல் சார் அரங்க முயற்சிகள், அவற்றை அங்கீகரிக்கும் கோட்பாட்டுப் புலமை ஆகியவை இன்னமும் செறிவான வகையில் நடைபெற வில்லை என்ற ஆதங்கமும் எனக்குண்டு.

எனது அரங்கப் பயணத்தில், சூரியாடன் இணைந்து நான் செய்த அரங்கப்பணிகள் எனக்கு மிகுந்த நெகிழ்வான அனுபவம் அதைக் குறித்து **கூற்று** நூலுக்காக நான் செய்த பதிவை இந்நூலில் இணைத்துள்ளேன். பெண்ணிய அரங்கம் முன் வைக்கும் கூட்டுப் படைப்பாக்கத்தை உறுதியான முறையியலாக நிறுவக்கூடிய வாய்ப்பை இந்த அனுபவம் எனக்கு அளித்துள்ளது. தமிழகச் சூழலில் அவ்வப்போது குறிப்பிட்ட குழுவினருடன் இணைந்து அரங்கப் பயிற்சிகள் மூலம் அவர்களது கதைகளை அளிக்கைகளாகச் செய்யக்கூடிய சமூகக் குழு அரங்கம் (Community Theatre) செய்யக்கூடிய வாய்ப்பு கிடைத்தது. திருநர்களுடன் (Transgender) எனது அரங்கச் செயல்பாடுகள் அத்தகைய செயல்பாடுகளின் ஒரு பகுதி. ஆனால், தொடர்ந்து ஒரு அமைப்போடு குறிப்பிட்டதொரு பயிலரங்க வரைவைச் செயல்படுத்தி பனுவல் / அளிக்கை உருவாக்கம் செய்வது மட்டக்களப்பில்தான் சாத்தியமாயிற்று. சமீபத்தில் சூரியாக் கலாச்சாரக் குழு தங்களது அளிக்கைகளைக் கோர்த்து வழங்கிய

"கொலாஜ்" அளிக்கையில் இருதாண்டுகளுக்கு முன்பு உருவான பாரமுறி விளையாட்டு, மட்டுநகர் கண்ணகைகள் நாடகக் காட்சிகள் / பாடல்கள் இடம் பெற்றன. அத்தகையதொரு வாய்ப்பு தமிழகத்தில் நான் செய்த நாடகங்களுக்குச் சாத்தியமா என்ற கேள்வி என்னுள் எழுகிறது. எனது அரங்க உருவாக்கத்தை உயிரோட்டத்தோடு வைத்திருக்கும் குழுவாக சூரியா கலாச்சாரக் குழு இருக்கிறது என்பதை மகிழ்வோடு பதிவு செய்ய விரும்புகிறேன்.

பட்டறைத் தயாரிப்புகளாகக் பங்கேற்பாளர் பகிர்ந்து கொள்ளும் அனுபவங்களைக் கோர்த்து பனுவலை உருவாக்கு வதில் பல்வேறு ஈழப் பெண் கவிஞர்களின் படைப்புகள், மட்டக்களப்பில் உள்ள கலைஞர்களின் உதவி, வாசுகியின் காண்பியம் சார்ந்த தோழமை, சூரியா அமைப்பின் பொறுப் பாளர்கள் ஆகியோருக்கு பெரும்பங்கு உண்டு. கூடவே, தமிழகத்தில் இருந்து உடன் பயணித்த அஸ்வினி காசி, ப்ரேமா ரேவதி ஆகியோரது பங்கு அளப்பரியது. இக்குழுவினரோடு தனித்த முறையில் உறவு கொண்டுச் செயல்படும் பொன்னி இக்குழுவின் அளிக்கைகளைச் செழுமைப்படுத்துவார் என்ற நம்பிக்கை எனக்குண்டு. இவையனைத்தையும் சாத்தியப்படுத்திய பேரா. சித்திரலேகாவின் தோழமை என்றும் எனக்கு நெருக்கமானது.

இந்நாடக உருக்களைப் பதிவு செய்வதில் பெண் சஞ்சிகைக்கு பெரும்பங்கு உண்டு. இவவற்றை ஒரே நூலாக கொண்டு வருவதில் மிகுந்த மனநிறைவு கிடைக்கிறது. எனது பெயல் மணக்கும் பொழுது ஈழப் பெண் கவிஞர்கள் தொகுதிக்கு அட்டைப்பட ஓவியம் அளித்த கமலா வாசுகி இந்நூலின் முகப்பையும் அளித்துள்ளார். இந்நூல் தட்டச்சு மற்றும் வடிவமைப்பை நேர்த்தியாகச் செய்துள்ள கோ. சித்ரா அவர்களுக்கு என் மனதார்ந்த நன்றிகள். இந்நூலை வெளியிடும் பாரதி புத்தகாலயம், குறிப்பாக தோழர். நாகராஜன் அவர்களுக்கு, என் நன்றிகள். ஈழத்தமிழ் பெண்ணிய அரங்கம் குறித்த விவாதத்தில் இப்பனுவல்கள் கட்டாயம் இடம்பெறும்.

அ. மங்கை
'கல்மரம்'
பெருங்குடி, சென்னை,
டிசம்பர் 2018

உள்ளடக்கம்

1. பாரமுறி விளையாட்டு

பின்மேடையில் நடுவில் மரக்கொம்பு ஒன்று நடப்பட்டுள்ளது. அதில் கயிறுகள் கட்டப்பட்டுள்ளன. கயிறுகளின் நுனிகள் கீழே தொங்குகின்றனர் நடிகர்கள் தமது நிலைகளில் நின்றபின் பின்வருமாறு பாடுகின்றனர்.

தரு: நானானா நானானா

நானே நன்னே நானானா

கட்டியகாரி: வந்தனங்கள் பல கோடி

தந்தோம் இங்கே நாமே

வணக்கங்கள் வணக்கங்கள், வணக்கங்கள் தந்தோம்

கட்டியக்காரன்: பெரியோரே! சபையோரே!

பிழையிருந்தால் பொறுப்பீர்!

இளைஞர்களே! யுவதிகளே!
செப்புகிறோம் கேளீர்!

(நானானா)

கட்டியகாரி: தெண்டனிட்டுச் சொல்லுகிறோம்
சின்னவர்கள் நாங்கள்
பண்டைய நாள் செய்தியது
புதிது ஒன்றும் இல்லை.

கட்டியகாரன்: பழக்கமான வாழ்கையை நாம்
புதியதாகப் பார்ப்போம்
கேள்விகளால் குழம்புவது
தெளிவு தரும்
உண்மை

(நானானா)

இருவரும் மாறி மாறி வசனத்தில் பின்வரும் கதைக்கின்றனர்.

கட்டியகாரி : பெற்றோரே! உற்றாரே! ஊரவரே! கேளீர்
நாங்க சொல்லப்போவது பாரமுறி விளையாட்டு

கட்டியகாரன்: பாரம்முறிக்கும் விளையாட்டு

கட்டியகாரி: கதைக்கு காலில்லை என்பார்கள்
கால் தான் இல்லையே தவிர

கட்டியகாரன்: கருத்து நிறைந்த கதை

கட்டியகாரி: கொழும்பு முறி விளையாட்டு பார்த்திருப்பீர்கள்
பாரமுறி விளையாட்டைக் கண்ணால் பாருங்கள்

கட்டியகாரன்: காதால் கேளுங்கள்; உங்கள் மனதைக் கொஞ்சம்
திறந்து வையுங்கள்.

இதைத் தொடர்ந்து பெண் குழுவும், ஆண் குழுவும் மேடைக்கு வருகின்னர். அவர்களைத் தொடர்ந்து பாடலில் கூறப்படும் கருத்துக்களை நடிப்பால் வெளிக்காட்டுபவர்களும வந்து தங்களுக்குரிய இடங்களில் நிற்கின்றனர். பாடல்களை மேடையின் மேல் இருவர் இருந்து படிக்கின்றனர். கொம்பை முறிப்பதற்காக பெண் குழுவும் ஆண் குழுவும் இரண்டு பக்கமாகப்

பிரிந்து நின்று கயிறிழுக்கிறார்கள். கொம்பு முறியாதிருக்க கட்டியகாரியும் கட்டியகாரனும் அதனைப் பிடித்திருக்கிறார்கள். முன்னால் இதற்கான செய்கையைக் காட்டுபவர்கள் மூன்று சோடியாக ஒவ்வொரு பாடலுக்கும் ஏற்றபடி அபிநயம் செய்கின்றனர்.

பிற்பாட்டு

தென்னாநானா தென்னானா
தென்னா தெந்தினத் தென்னானா

முதலாவது சோடி

ஆண்: அதிகாலையில் கண் விழித்து
அத்தனை வேலையும் செய்யோணுமடி

பெண்: வெளியில் வேலையும் செய்துவிட்டு
வீட்டு வேலையும் செய்து வாறேன்

ஆண்: வீட்டில் தானடி உன்வேலை;
வேலிக்கு வெளியே என்ன வேலை?

பெண்: கல்லுடைப்பதும் நான்தானே
கறி சமைப்பதும் நான் தானே   (தென்னானா)

ஆண்: வேலிக்குப் புறத்தால எட்டாதடி
வீண்வம்(ை)ப விலைக்கு வாங்காதடி (2)

இரண்டாவது சோடி

பெண்: கந்தோர்* போவதும் நான் தானே
கஞ்சி காச்சுவதும் நான் தானே (2)

ஆண்: என்னடி கந்தோர் புதிசாக
ஏனடி கதைத்தாய் அவனோடு?

பெண்: என்னைவிட வேறு பெண்ணோடு நீங்கள்
கதைச்சச் சிரிப்பதில்லையோ?   (தென்னானா)

---

*   அலுவலகம்

ஆண்: உழைத்து உழைத்து ஓடானேன்
வீட்டில் ஒண்டையும் காணல்லையே

பெண்: குடித்து குடித்து சீரழித்தால்
வீட்டில் மிஞ்சுவதேதுமில்ல   (தென்னானா)

மூன்றாவது சோடி

ஆண் : புள்ள அழுகிறாள் பாரேண்டி
புருசனின் கடமயச் செய்யேண்டி

பெண்: பிள்ளை உமக்குந்தான் சொந்தமையா
அதன் வேலைகள் நீரும் பாருமையா

ஆண்: என்னடி என்னடி சொன்னாடி (கோபமாக)
ஏண்டி என்னடி சொன்னாடி
பிள்ளை பெத்தவனும் நானோடி - அடி
பாலும் கொடுப்பதும் ஆணோடி

பெண்: கொம்மாவிடம் நீகுடித்(த) கடன் - உன்
பிள்ளைக்கும் சேர்க்கப் பார்க்கிறியா
அத்தனையும் செய்தேன் நான்தானே
மிச்சக் கடமை உனக்கு இல்லையா

பாடல்களும் அபிநயங்களும் முடிய நடிகர்கள் உறைநிலையில் நிற்கின்றனர். இதைப் பொறுக்கமுடியாமல் பின்னுக்கிருந்து கட்டியகாரியும், கட்டியகாரனும்... முன்னோக்கி வந்து, நிறுத்துங்கள்! நிறுத்துங்கள் என்கின்றனர்.

கட்டியகாரி: என்னங்க என்னங்க சொல்லுறீங்க?
முடிவே இல்லாத பிரச்சனையா?

கட்டியகாரன்: சொல்லுங்க சொல்லுங்க தீர்த்து வைப்பம் சேர்ந்து
சொல்லுங்க தீர்த்து வைப்பம்...

கட்டியகாரி: (பெண்களைப் பார்த்து) நீங்கள் சொல்றீங்க
உங்களுக்கு வேல கூடிப்போச்சுது எண்டு.

கட்டியகாரன்: (ஆண்களைப் பார்த்து) நீங்க சொல்றீங்க,
அவங்கட வேலையை அவங்க தான் செய்ய
வேணும் எண்டு.

கட்டியகாரி: கொஞ்ச நாளைக்கு சேர்ந்து செய்து பார்த்தா
என்ன?

கட்டியகாரன்: மேடையில் என்றாலும் கொஞ்சம் மாற்றி செய்து
பார்ப்பம்.

என்று சொல்லி முன்னுக்கு நிற்கும் மூன்று சோடிகளையும்
ஆணின் இடத்துக்கு பெண்ணையும், பெண்ணினது இடத்துக்கு
ஆணையும் இடங்களை மாற்றி விடுகிறார். பின்பு பாடல் தொடர
முன் நிற்கும் சோடிகள் தங்கள் வேலைகளை மாற்றிச் செய்வதும்,
சேர்ந்து செய்வதமாக நடிப்பில் காட்டுகிறார்கள்

தந்தன தந்தன தானதன்
தானதந்தனத் தானானே
பெண்கள்: பொம்பள வேலைக்குப் போறதால
பொருள் வளருது வீட்டினிலே.

ஆண்களும்:
பெண்களும்: வேகைள் கூடிப்போனதால
சண்டைகள் வளருது நமக்குள்ளே

ஆண்கள்: உழைத்துக் களைத்து வரும் பெண்ணே!
உந்தனுக்கு நானும் உதவிடுவேன்   (தந்தனத் தந்தன)

பெண்கள்: தண்ணீர் கொதிக்க நீர் வைத்தால்
தேனீர் போட்டு நான் தருவேன்.

ஆண்கள்: பிள்ளையைக் குளிக்க வைத்தீரானால்
பள்ளிக்கு அனுப்பி வைத்திடுவேன்.

பெண்கள்: கறி கழுவுறேன் நானி ங்கு

ஆண்கள்: சோறு பொங்கிடும் இப்போது   (தந்தனதந்தன)

பெண்கள்: இருவரும் சேர்ந்து சமைத்து விட்டால்
வேலைக்கும் சேர்ந்து போயிடலாம்.

ஆண்களும்
பெண்களும்: ஆணும் பெண்ணும் சமமாக
ஆளுக்கொரு வேலை செய்திடுவோம்.

(தந்தனதந்தன)

(மீண்டும் தந்தன தந்தன எனும் தருவைப் பாடி
எல்லோருமாக இணைந்து கொம்பைத் தூக்கிக் கொண்டு
மேடையைவிட்டு இறங்கிவருதல்.)

பெண்-இதழ் 4:1 *(1999)*

2. மட்டுநகர் கண்ணகைகள்

1998 ஆகஸ்ட் மாதம் சூரியா பெண்கள் அபிவிருத்தி நாடகப் பயிற்சிப் பட்டறையின் போது இந் நாடகம் உருவாக்கப்பட்டது.

யுத்தம் பெண்களைப் பாதிக்கின்ற முறை பற்றிய கலந்துரையாடல் முதலில் நடைபெற்றது. குறிப்பாக துப்பாக்கித் தாக்குதல்கள் ஆகியவற்றில் குடும்பத் தலைவன்களை இழந்த பெண்களின் துயரம் பற்றிய பெண்கள் தாம் அறிந்திருந்த சம்பங்களைக் கூறினார்கள். பின்னர் பாடல்களாக பாடி நடித்தனர். இப் பாடல்கள் மட்டக்களப்பு மக்களுக்கு மிகவும் பரிச்சயமான "கண்ணகி குளிர்த்தி" மெட்டில் அமைந்தது. பின்னர் அவை திருத்தம் செய்யப்பட்டு எழுத்துருவில் "மட்டுநர் கண்ணகைகள்" எனும் நாடகமாக அமைந்தது.

கணவனைக் கொன்றதற்காக மதுரையை எரித்த கண்ணகியின் சீற்றத்தை தணிக்க இன்றுவரை கண்ணகி கோயில்களில் "குளிர்ந்தருள்வாய்" என குளிர்த்தி பாடப்பட்டு வருகின்றது.

இன்று நம் நாட்டில் போர்க்காலச் சூழலால் கணவன், மகனை, சகோதரனை இழந்த பல பெண்கள், ஆதரவு இல்லாமல் - வாழ வழி இல்லாமல் - துயருற்று, வாடிவதங்கும் நிலைமை பெருகிக்கொண்டே வருகின்றது. இப்படியான பெண்களின் துயரைத் தணித்து, ஆறுதல்படுத்தி அவர்கள் இங்கு செய்து வாழக்கூடிய தொழில்களைக் கூறுவதற்காகவே இம் "மட்டுநகர் கண்ணகைகள்" நாடகம் உருவாக்கப்பட்டது.

பல பெண்கள் வெவ்வேறு இடங்களில் இருந்து கொண்டு விகம்பலாகவும், கேவலாகவும் அழுது கொண்டிருத்தல். இடையிலிருந்து சோகமாக ஆ...... ஆ......... ஆ......... என்று ஓசை வந்து முடியும் தறுவாயில் திரைச் சேலையால் மறைத்தபடி ஒருவரை இருவர் அழைத்து வருதல், அழுது கொண்டிருந்த பெண்களின் மத்தியில் அமர்ந்து கொண்டு....

முதலாவது பெண்:

ஆதாரமாயிருந்த
ராசாவை நானிழந்தேன்
ஆதரவு ஏதுமின்றி
அழுதே நான் புலம்புகின்றேன்....

வாவிக்கரை ஓரத்திலே
வலை வீசி வாழ்ந்திருந்தோம்
வலை வீசும் உன்னையே தான்
காலன் வலை விரித்தானோ........

நாடு விட்டு நாடு சென்று
நன்றாயிருப்போமென்று
கூடியல்லோ முடிவு செய்தோம்
குல தெய்வம் பறி போனதே........

குற்றமேதும் செய்யாமல்
உன்னுடம்பை வதைத்தே தான்
சிறைவாசம் போனாயே
ஐயோ என் ராசாவே.....

எத்தனை பேர் கையில் நீ
பிடிபட்டு மீண்டு வந்தாய்
விடையேதும் கூறாமல்
சவமாகிப் போனாயே.....

ஒரு நிமிடம் தரித்திருந்தால்
உனதுயிர் தப்பியிருக்கும்
மாய்ந்து மாய்ந்து வேகிறேனே
மாளாத் துயரில் நானே.......

கண்ணகையாள் சீற்றத்திற்கு குளிர்த்தி செய்யும்
நாட்டிலே தான் - அபலை
நானும் தவிக்கிறேனே
யார் குளிர்த்தி செய்வாரோ...

திரை பிடித்தபடி முதலாவது பெண்ணை அழைத்து செல்ல..... இந்தப் பாடலுடைய கரு இசை பின்னணியாக போகும். அடுத்து இரண்டாவது பெண்ணை திரைச்சீலையை மறைத்தபடி அழைத்து வருதல். (திரை நிலைப்படி போல பிடிக்கப்பட.....)

இரண்டாவது பெண்:

ஒராணைக் கண்ணே கண்ணே
உன்னைக் கருவாகக் சனிக்கையிலே.... ஐயோ
மன்னவன் தான் போனானே என்னை
தன்னந் தனியாய்த் தவிக்க விட்டே....

சீராக வளர்த்தேனே நான்
மனம் நிறைந்த மல்லிகையாய் ..... இன்று
சீர்கெட்டு அலையுறேன் நான் ..... இந்த
இந்த மட்டுநகர் கண்ணகியாய்......

கண்ணீரும் காய்ந்ததுவே இந்த
நெஞ்சமும் தான் வெடித்ததுவே
ஒராண்டா ஈராண்டா – இன்று
வருஷமுந்தான் எட்டாச்சே .....

குழம்புகிறேன் அம்மா அம்மா
நான் காண்பதெல்லாம் கனவா அம்மா
ஊரவர்கள் சொல்வதெல்லாம் – தாயே
உள்ளத்தை உருக்குதம்மா......

வருவார் வருவாரென்றே – இந்த
பாலகனை வளர்க்கிறேன் நான்
பார்க்காத சோசியமில்லை நான்
பண்ணாத பூசையுமில்லை......

கலிகாலக் கோலமிது தான்
கைம்பெண்ணெனக் கூறியேதான்
காசங் கூட வாங்கினேனே – இந்தக்
கையாலே வாங்கினேனே.....

வருவார் என்று நம்பியேதான் அம்மா
பொட்டுமிட்டு நான் நடந்தால்
ஏச்சுப் பேச்சு எத்தனையோ – என்
செவியை வந்து பொசுக்குதம்மா...

பானையிலே வெந்நீரூற்றி அதிலே
பூவை நானும் மிதக்க விட்டேன்
வாடலையே அந்தப் பூவும் – ஆனால்
வாடி நின்றேன் நானே அம்மா.....

எத்தனை நாள் பொறுப்பேன் நானும்
எத்தனைதான் பொறுப்பேன் இங்கே
எரியும் எந்தன் உள்ளத்திற்கு
எங்கே உண்டு குளிர்த்தியம்மா.........

இந்தப் பாடலில் கரு இசை பின்னணியாகப் போகும் திரை பிடித்தபடி இரண்டாவது பெண் அழைத்து செல்ல அடுத்து தாய், மகள் இருவரையும் திரைச் சீலையால் மறைத்தபடி அழைத்து வருதல். மகள் பித்துப் பிடித்தவரைப்போல செயல்படுதல். தாய் மகளைப் பார்த்து கவலையுடன் பாடுதல்.

மூன்றவாது பெண்:

தாயாய் பிறவி நானெடுத்து
நேயமாய் மகளைப் பெற்றெடுத்தேன்
காயமருந்திக் கண் விழித்து
கண்ணிமை போல உனைக் காத்து....

பாயும் தலையணை மெத்தைகளையும்
பல பல பணிகளும் நான் செய்து
ஈ எறும்பு அண்டாமல்
உனைக் காத்து வளர்த்தேனே....

பட்டதாரி ஒருவனுக்கு
மணம் முடித்தேன் மகளே உனக்கு
மீன் பாடும் தேனாடாம் மட்டுமா நகரினிலே
சீராக வாழ்ந்தாயே ஊரெல்லாம் போற்றிடவே.....

யார் கண்தான் பட்டதுவோ
யார் வைத்த தீ வினையோ
தாய் எந்தன் வயிறெரிய
தனியாய் நீயும் அலைகிறாயே......

மணம் முடித்த மறுமாதம்
மங்கை நீயும் கருத்தரித்தாய்
பிறந்த மகனின் முகம் காண
வந்து இன்னும் சேரலையே........

பிடிபட்ட உன் கணவன்
அடிபட்டு நோகிறானோ

அடிபட்டு அடிபட்டு
அவனுயிரை நீத்தானோ.....

வருவாரென நம்பி
வழி பார்த்து நிக்கிறாயே
சாலையின் ஓரத்திலே
கால் கடுக்க நிக்கிறாயே.......

அழகாய் அலங்கரித்து
அனுதினமும் நீ போறாய்
யாருக்காய் நீ போறாய் என்று
ஊரெல்லாம் திட்டுமம்மா.......

ஊன் மறந்தாய் உறக்கமில்லை
உத்தமியே என் மகளே
ஓடி ஆடி திரிகிறாயே
ஓர் நிலையின்றித் தவிக்கிறாயே.......

ஆலயத்தின் விக்கிரகத்தை
ஆரெடுத்து வீசினாரோ
அலை மோதக் காலமாச்சே
அலக்கழிக்கும் விதியுமாச்சே.....

உற்றதொரு தெய்வத்தை
உரிய இடம் தான் வைத்தாய்
உன் கணவன் மீள்வானோ
உன் வாழ்வும் மலர்ந்திடுமோ......

பித்தாய் அலைகிறாய் நீ
பேதலித்து நிற்கிறேன் நான்
குணம் மாறி நீ அலைய
கோதை நானும் என்ன செய்வேன்....

பாடல் முடிந்தவுடன் அழுது கொண்டிருந்தவர்களில் ஒருவர் எழுந்து "அன்று கணவனை இழந்த கண்ணகையின் சீற்றம் நியாயம் என்றால் இன்று தம் கணவர்களை இழந்த இப்பெண்களின் சீற்றம் நியாயம் தானே"........?

இரண்டாமவர்

இவர்களது கணவன்மாரின் உயிர்களைப் பறித்த கயவர்களுக்கு இவர்களது ஓலம் கேட்குமா?

மூன்றாவமவர்:

இவர்களுக்கு எப்படி குளிர்த்தி செய்யலாம்?

(மட்டக்களப்பு மாவட்டத்தில் கண்ணகை அம்மன் ஆலயத்தில் குளிர்த்தி செய்யும் போது பாடப்படும் மெட்டு.)

அனைவரும்

தந்தன தனாதன தனாதனத தானா............ 2

பெண்துயரம் கேட்பபோரே
உமக் கோலம் ஓலம்
பெண்களை பெற்றோரே
உமக் கோலம் ஓலம்......

(முதலாவது தடவை ஒருவர் பாட திரும்பி அனைவரும் பாடுவார்கள்)

அனைவரும்:

தந்தன தனாதன தனாதனத தானா...... 2

சித்தம் கலங்கியே
நிற்கும் நிலை பாரும்
இந்த நிலை மாற்ற
ஒரு வழி தேடும் தேடும்

(அனைவரும் முதாவது பார்வையாளர்களைப் பார்த்து சைகை செய்து பாடுவது இரண்டாவதாக நொந்து இருக்கும் பெண்களை ஆறுதல்படுத்துவது)

அனைவரும்:

தந்த தனாதன தனாதனத தானா..... 2

பூவைஎனும் பட்டமதை
படிடாதென்றும்
என்னென்று
காத்திடவே இடம் தாரும் தாரும்

(முதலில் ஒருவர் முன்சென்று பாட அடுத்து அனைவரும் பாடுவது)

அனைவரும்:

தந்த தனாதன தனாதனத தானா..... 2

எதிர் காலம் உண்டென்று
நம்பிக்கை கூறும்
கனிவுடனே வாழ்ந்திடவே
இடம் தாரும் தாரும்..

(அனைவரும் 1ம் தரம் பாடும்போது மூவருக்கும் கையை கொடுத்தல். 2ம் தரம் அவர்களை எழுப்புதல்)

அனைவரும்:

தந்த தனாதன தனாதனத தானா..... 2

எதிர் காலம் உண்டென்று
நம்பிக்கை தாரும்
மகிழ்வுடனே வாழ்ந்திடவே
இடம் தாரும் தாரும்....

(அனைவரும் 1வது தரம் பார்வையாளர்களைப் பார்த்து பாடுவது 2வது அவர்களை கூட்டி செல்லல்.)

அனைவரும்: தந்த தனாதன தனாதனத தானா.....

(மூன்று தரம் பாடுதல்)

இவ்வாறு பாடும் போது அரங்கில் நடுப்பகுதியில் ஐந்து பெண்கள் பானை வடிவம் உருவாகும்படி அமர்தல். ஒருவர் அவர்களைச் சீலையால் இன்னொருவர் கட்டுதல் ஏனையோர் பானை வடிவத்தை சுற்றி நிற்றல்.

முதலில் இருவர் பின்னர் யாவரும் சேர்ந்து பின்வரும் பாடலை பாடுதல்.

வாவி புடை சூழும்
மட்டுமா நகர்தன்னில்
வாழ் மக்கள் மனம் குளிர
மாதே குளிர்ந்திடுவாய்....

பின்னர் பானையைச் சுற்றி நடந்து பின் அனைவரும் பாடுதல்.

கொக்கினமும் புள்ளும்
குயிலோசையும் கேட்டு
தக்க வழி நடந்த
தாயே குளிர்ந்திடுவாய்....

தென்னம் பழம் சொரிய
தே மாங்கனி உதிர
வண்ணமிகு நகர் வாழும்
பெண்ணே குளிர்ந்திடுவாய்...

தன் கணவன் பட்ட
இடந் தேடி தான் கண்டு
குலை நடுங்கி நொந்தாயே
அம்மா குளிர்ந்திடுவாய்....

தறியா உன் கணவன்
அடிபட்ட கதை கேட்டு
பெண்ணே கேட்டு சென்றாயே
பெண்ணே குளிர்ந்திடுவாய்..

கொண்டு சென்ற
கணவனையே காணவில்லை
என்று நீயும் துயருற்று அலைகிறாயே
தூயவளே குளிர்ந்திடுவாய்....

குத்தீட்டி போல
சொல்லம்பு வந்தாலும்
உள் துணிவு கொண்டு
தளராது வாழ்ந்திடுவாய்

அனைவரும் நின்று கொண்டு பாடுதல்.

சதிகேடு செய்த
வஞ்சகர்கள் தலை குனிய
வாழ் வாங்கு வாழ்ந்திடுவாய்
பெண்ணே வாழ்ந்திடுவாய்...

கையை பானைக்குள்வைத்து பின் கைகளை உயர்த்தி
வீசுதல்.

மடைமீது கயல் பாயும்
மட்டுமா நகர் தன்னில்
குறையாத தொழிலுண்டு
பெண்ணே நீ வாழ்ந்திடுவாய்

பல தொழில்கள் காட்டப்படுதல்: கல் உடைத்தல், நெசவு,
தட்டெழுத்து, ஓவியம், தோணி ஓட்டிக் காட்டி 2 தரம் பாடுதல்

எந் நிலைதான் வந்தாலும்
உன்னுடனே நின்றிடவே
நல்லுயிர்கள் பலவுண்டு
நங்கையே நலம் பெறுவாய்

பார்வையாளர்களைப் பார்த்து முன்னுக்கு குளிர்த்தி
செய்தல்.

கைகளை பானைக்குள் வைப்பது போல் வைத்து கைகளை
அனைவரும் சேர்த்துப் பிடித்தல்.

தூற்றுவார் தூற்றினாலும்
போற்றுவார் போற்றினாலும்
சற்றும் கலங்காது
துணிவுடனே நீ வாழி.....
கற்பதித்த தூண்போல
கலங்கா பதியணையார்
நெற்பதித்த தூண்போல
நீடுழி வாழியவே

பின் வரிசையில் நிற்பவர்கள் முன்னுக்கு வருதல்.

பெண்: இதழ்: 4:3 (1999)

3. நிசப்த இரைச்சல்

இந்த நாடகம் திறந்தவெளியிலோ, மேடையிலோ மண்டபங்களிலோ நடத்தப்படலாம்.

இங்கு நான்கு பெண்களால் கூறப்படும் நான்கு கதைகளிற்கும் பதிலாக, அவரவர் சொந்த அனுபவங் களுக்குட்பட்ட கதைகளைப் பொருத்தமாக இணைக்கலாம்.

சமுதாயத்தின் நிசப்தமோ .... என்று தொடங்கும் கவிதையின் வரிகள் நாடகத்தின் கரு இசை போன்று தொடர்ந்து வரும்.

**மேடையில் நடிகர்கள் வெவ்வேறு நிலைகளில்
நிற்கின்றனர்.**

(மைதானத்தில் ஆண் குறி. அதைச் சூழ நான்கு பெண்கள், அவர்களைச் சூழ இன்னும் சிலர், பின்னணியில் சாளராங்

களோடு வாயில் பிளாஸ்திரியுடன் எட்டிப் பார்ப்போர்).

அனைவரும்: சமுதாயத்தின் நிசப்தமோ பயங்கர இரைச்சலாய் என் நிம்மதியைக் கெடுக்கிறது. (மீண்டும் மீண்டும்) (மெல்லிய கிசுகிசுப்பாகத் தொடங்கி இரைச்சலாக மாறிக் கொண்டு வரும் பொழுது).

பெண் 1 :- (அவ் விரைச்சலூடாக எழுந்து வருதல்)

நான் A/L படிச்சுக் கொண்டிருந்தனான். அப்ப என்னை ஒருத்தர் விரும்பினவர். எனக்கும் விருப்பம். வீட்டுக்காரரும் சம்மதிச்சிட்டினம். இதேநேரம் இன்னுமொருத்தன் எனக்குப் பின்னால் திரியிறவன். நான் மறுத்தும் தொடர்ந்தும் நண்பர்களோட வந்து கரைச்சல் குடுப்பான். அந்த நேரம் A/L முடிஞ்ச உடனேயே எனக்கு கொஞ்சம் தூர இடத்தில் வேலை கிடைச்சிட்டுது. அது கொஞ்சம் தனிமையான இடம். ஒருநாள் நான் வேலையால் வந்து கொண்டிருக்கேக்குள்ள, அவன் தன் பிரெண்ட்ஸ்ஸோட ஒரு வேனில் வந்து இறங்கினான். என்னைப் பிடிச்சிழுத்து வேனில ஏத்தினாங்கள். கண்ணைக் கட்டினாங்கள். எங்கையோ கொண்டு போய் இறக்கினாங்கள், என்னை இழுத்துக் கொண்டு போன வழியிலையெல்லாம் முள்ளும் பத்தையுமாக் குத்திச்சு. ஒரு இடத்திலை வைச்சு என்ரை உடுப்பையெல்லாம் கழட்டினாங்கள். பத்துப் பேர் இருக்கும், என்னை மாறி மாறிக் குதறினாங்கள்...... நான் செத்துப் போய்ட்டன்.

அனைவரும் - **சமுதாயத்தின் நிசப்தமோ பயங்கர இரைச்சலாய், என் நிம்மதியைக் கெடுக்கிறது.**

இவ்விரைச்சலூடு பெண் 1 வந்தமர, அவரருகே அவரது நிழலுருவாக அமர்ந்திருப்பவர் எழல்......

நிழல் 1

கையிலிருக்கும் ஆயுதத்தால் தான் அழிக்கப்பட்டேன் என்று நினைக்காதீர்கள் ....

- மனித உறுப்பால் உருக்குலைக்கப்பட்டேன்.

(ஒரு தடவை பார்வையாளருக்கும் மறுதடவை சாளரங் களோடு பார்ப்போருக்கும்)

சமுதாயத்தின் நிசப்தமோ ....

இலைச்சலூடு பெண் II ஒரு கிண்டல் சிரிப்புடன் எழுந்து வரல்.

பெண் II

நான் மேற்படிப்புக்காக வெளிநாடு போக வெளிக்கிட்டன். அதுக்கு பாஸ்போர்ட், விசா எல்லாம் எடுக்க வேண்டி இருந்தது. அப்ப ஊருக்கு அடிக்கடி போய்வர ஏலாதெண்டதாலை கொழும்பிலையே நிண்டு அதுகளை செய்யிறதுக்கு அப்பா தன்ரை ஒரு பிரண்ட் அங்கிள் வீட்டில் கொண்டு போய் விட்டார். அந்த அங்கிளுக்கு 69, 70 வயசிருக்கும். டயாபட்டீஸ், பிரசர், அல்சர், ஹார்ட் எண்டு ஊரிலை உள்ள வருத்தம் எல்லாம் இருக்கு. அவருக்கு 5 பிள்ளையள். அதிலை ரண்டு பொம்பிளைப் பிள்ளையளும் அங்க இருந்தவை.

அவர் அன்ரி எப்ப கோயிலுக்குப் போவா, பிள்ளையள் எப்ப ஸ்கூலுக்குப் போவினம் எண்டு பாத்துக் கொண்டிருப்பார். அவை போன உடனை, எனக்குப் பக்கத்திலை வந்து இருப்பார் - இருந்து அம்மா, அப்பாவை விட்டிட்டிருக்கிறது கவலையோ? (தலையை தடவி கையைத் தடவுவதாகச் செய்து காட்டி) என்பார்.

"அங்கிள்…" என்று அதட்டினால் விருக்கெண்டு எழும்பிப் போயிடுவார். ரண்டு பிள்ளையளுக்கும் நடுவில் நான் படுத்திருப்பன். விடிய வந்து அம்மா எழும்புங்கோ எண்டு காலைப் பிடிப்பார். அடுத்தநாள் நான் மாறிப் படுத்திடுவன். அவர் விடிய வந்து அம்மா எழும்புங்கோ எண்டால், என்னப்பா? எண்டு அவற்றை பிள்ளை எழும்பிக் கேட்கும். பிறகு கொஞ்ச நாளைக்கு அந்தப் பக்கம் வரமாட்டார்.

இப்ப அவருக்கு என்னை அணுகப் புது வழி ஒண்டு தேவைப்பட்டுது. அதிலை அவர் கண்டுபிடிச்சது தான் எனக்கு காரோட்டப் பழக்கிறது. தன்ரை மனிசிட்டைச் சொன்னார், இவள் இங்கை சும்மாதானே இருக்கிறாள். பாவம்! நான் காலமையிலை மார்க்கட்டுக்குப் போகேக்குள்ளை வந்தால் திரும்பி வரேக்கை காரோடப் பழகிடலாம் என்று.

அவவும் பாவம்! நல்ல மனிசி. ஓமெண்டிட்டா. எனக்கு சங்கடம், இவரைப் பற்றிச் சொல்லி வீட்டிலை பிரச்சினையைக்

கிளப்பிறதோ இல்லாட்டி காரிலை போறதோ எண்டு.

எனக்கு என்னிலை நம்பிக்கை. கிழவனை வெருட்ட ஏலுமென்று, ஓமென்றிட்டன்.

காரிலை நான் ஸ்டியரிங் வீலைப் பிடித்தால் அவர் என்ரை கையைப் பிடிப்பார். கை கொஞ்சம் கொஞ்சமாக மேலை வரும்.

உதறிப்போட்டு முறைச்சால் பிறகு பேசாமல் இருப்பார். கொழும்பு றோட்டிலை இருக்கிற கடைகளைக் காட்டி சிலை வேணுமா? சட்டை வேணுமா எண்டு கேப்பார்.

இனி வீட்டிலை என்னைப் பார்க்க என்ரை பிரண்ட்ஸ் வருவினம். அந்த பிள்ளையளை கண்டால் அவருக்கு ஒரே புளகம். அங்காலை இங்காலை பாத்திட்டு மெள்ள வந்து நடுவிலை இருப்பார் (**கையில் சிகரெட்டுடன் வந்து இருப்பது போல செய்து காட்டல்**)

இருந்து ஜோக்ஸ் எடுத்து விடுவார். ஜோக்ஸ் எண்டா அந்த மாதிரி ஜோக்ஸ். சொல்லிப் போட்டு ஒவ்வொருத்தராகப் பார்த்து ....(**நாக்கால் உதட்டைத் தடவிக் காட்டி சிரித்தபடி பெண் II திரும்பிப் போய் தன்னிடத்தில் அமர்தல்**)

-சமுதாயத்தின் நிசப்தமோ............

நிழல் II :

கிழட்டு நரி போல
உதட்டைச் சட்டிக் கொண்டு
ஒரு பெண் போக
மறு பெண் வரும் வரை
வாடி இருக்குமாம் கிழடு
(நக்கலாகச் சிரித்த்படி 2 தடவை கூறிவிட்டு சென்றமரல்)

நிழல் III:

தலை தடவிக் கைதடவி
கனவிலே உடல் தடவி
நாத் தொங்கக் காத்திருக்கும்கான்
(2 தடவை கூறிவிட்டுச் சென்று அமரல்)

சமுதாயத்தின் நிசப்தமோ ....

பெண் III எழுந்துவரல்

பெண் III

தொன்னுறாம் ஆண்டு நானும் என்ரை மாப்பிள்ளையும் அவற்றை சம்பளம் எடுக்கிறதுக்காக போய்ட்டு வந்து கொண்டிருந்தனாங்கள். எங்களுக்கு முன்னால் ஒரு ஜோடி, புதுசாக் கலியாணம் கட்டினவை மாதிரி இருந்தது. அவையும் சைக்கிளைலை போய்க் கொண்டிருந்தினம். ரோட்டிலை சனம் இல்லை. அப்ப ஒருத்தன் மறித்தான், சைக்கிளை விட்டிட்டு ஆம்பிளையளை வரச் சொல்லிக் கூப்பிட்டாங்கள். கூப்பிட்டு மரம் தூக்கிப் போடச் சொன்னாங்கள். நாங்கள் பெம்பிளையள் ரண்டு பேரும் ரோட்டுக் கரையால நிக்கிறம். அவையை மரம் தூக்கி போடச் சொல்லிப் போட்டாங்கள். ஒருத்தன் எங்களுக்கு கிட்ட வந்தான் அந்தப் பிள்ளைக்கு கிட்டப் போய் 'சரக்' கெண்டு என்னத்தையோ இழுத்தான். கிரிஸ் கத்தி. அந்தப் பிள்ளை கும்பிட்டுக் கும்பிட்டுப் பின்னுக்குப் போக ...அப்படியே பத்தைக்குள்ளை தள்ளிக் கொண்டு போட்டான். கண்ணகித் தாயே **(என்று கூவியபடி அமர்தல்)**

முதலாவதாப் போனவன் வந்தான். இன்னொருத்தன் போனான். அவன் வர இன்னொருத்தன் போனான். பெட்டையிடை புருசன்காரன் மரம்தூக்கிக் கொண்டுபோக வருவான். எங்கை அவ? எண்டு என்னட்டை கண்ணால கேப்பான். நானும் பத்தையைக் காட்டுவன். அவன் கண்ணால கண்ணிர் ஒழுகப் போவான்.

இப்பிடியே அஞ்சுபேர் போய்ப் போய் வந்தார்கள். அஞ்சாவதாப் போனவன் வர பிள்ளையும் பின்னால மெள்ள நடக்கமாட்டாம வருகுது. முதலாவதாப் போனவன் புருசன் காரனை ஏய்! போ! எண்டான். அவன் சைக்கிளை எடுத்துக் கொண்டு வந்து பிள்ளைக்குப் பக்கத்திலை நிப்பாட்டி ஒரு கையாலை அவவை அள்ளி சைக்கிளிலை வைச்சுக் கொண்டு போறான்....

நாங்களும் பின்னால வந்திட்டம்.

சமுதாயத்தின் நிசப்தமோ ....

நிழல் IV

ஊருக்குப் பூச்சாண்டி காட்ட
என்னைக் குதறினீர்களோ?
நான் எதை இழந்தேன்
அழுது புலம்ப? ....
(2 தடவை)

சமுதாயத்தின் நிசப்தமோ.....

பெண் IV

நான் சொல்லப் போறது ஒரு சின்னப் பிள்ளையிடை கதை. அவவையும், அவவிடை தங்கச்சியையும் அவையிடை அம்மம்மாவொட விட்டிட்டு தாய் வெளிநாட்டுக்குப் போய்ட்டா. தகப்பன் அம்மம்மா வீட்டுக்கு பக்கத்திலைதான் இருக்கிறார். அந்த மனுசன் இந்தக் குழந்தையோட உடல் உறவு கொண்டிருந்திருக்குது.

இது எப்பிடித் தெரிய வந்த தெண்டா, அந்தப் பிள்ளை கக்காக்குப் போகப் பயப்பிடும், நிக்கரைக் கழட்டப் பயப்பிடும், அறையைப் பூட்டினாப் பயப்படுவா. அம்மம்மாக்காரி பிள்ளை தன்னோட செல்லம் கொட்டுதாக்கும் எண்டு நினைச்சு கூப்பிட்டு அடிபோட்டு கக்காக்கு இருக்கச் சொல்லி விட்டிருக்கிறார். பிள்ளை அழுதழுது இருக்குள்ளை தான் பார்த்தா அவவிடை குதம் விரிஞ்சு சிவந்து போய் இருந்தது தெரிஞ்சுது.

உனக்கு என்னமகள் நடந்த தெண்டு கேக்க அவவுக்கு சொல்லக் கூடியதாயிருந்ததெல்லாம்.... அப்பாவிடை சாரத்துள்ளை ஒரு பொல்லிருந்தது. அதாலை அவர் எனக்கு குத்துறவர்.

சமுதாயத்தின் நிசப்தமோ... பயங்கர இரைச்சலாய் ....

நிழல் V

வெளிச்சம் கூட வேண்டாம்
வெளியில் நான் தெரிவேன்

ஜன்னல் கூட வேண்டாம்
காற்று என்னைத் தொட்டு விடும்

நிழல் V

அப்பா

அண்ணா

மாமா

தாத்தா

ஆண்

(இப்படிக் கூறும் போது ஒவ்வொருவர் அந்நபர்கள் போன்று எழுந்து நடுவில் ஆண்குறியைச் சுற்றியுள்ள 4 பெண் களையும் (கதைகள் கூறிய) பிராண்டுவது போல நடித்தல்.)

நிழல் VI

மூத்திரக் குழாய் தொங்கும்
யாரும் என் அருகில் வந்தால்
என்முடி முட்கம்பி
என் கண் நெருப்பு
என் வாய் வெட்டருவாள்
வெட்டி
வெட்டி
வெட்டி
வெட்டி

ஒவ்வொரு வெட்டிக்கும் ஒவ்வொரு பெண்ணாக எழுந்து ஆண்குறியை எதிர்ப்பதான நிலையில் நிற்க- ஆண்களாக அவர்களைப் பிராண்டும் நிலையில் நிற்பவர்கள் மலைத்து நிற்றல்.

சமுதாயத்தின் நிசப்தமோ பயங்கர இரைச்சலாய் என் நிம்மதியைக் கெடுக்கிறது. (மெல்லிய இரைச்சலாகத் தொடங்கி அலறலான இரைச்சலாக மாறும்)

இந்தியாவிலிருந்து வந்திருந்த நாடகக் கலைஞரும், பெண் நிலைவாதியுமான அ. மங்கை யினால் சூரியா கலாசாரக் குழுவினருக்கு நடாத்தப்பட்ட நாடகப் பட்டறையில் தோற்றம் பெற்றதே இந் நாடகம்.

குழுவிலுள்ள ஒவ்வொரு பெண்ணிற்கும் கிடைத்த பாலியல் வன்முறை சார்ந்த கசப்பான அனுபவங்களின் பகிர்வும், அவ்வுணர்வுகளோடு எழுந்த கவிதை வரிகளும் படங்களும் நாடகத்தை கோர்ப்பதற்கும் காட்சிப்படுத்து வதற்கும் உதவின. இப்பட்டறையில் கலந்துகொள்ள முடியாதிருந்த நண்பி விஜயலட்சுமியின் கவிதை வரிகள் நாடகத்துக்கு கரு இசையாயிற்று.

– இது எமது உண்மையான உணர்வுகளின்
நேரடியான வெளிப்பாடு.

பெண்-இதழ்: :3 (1998)

4. ஒரு பிடி அன்பு

"இல்லை எனாது கொடுக்கும் இயற்கையை" கொள்ளை யிட என்று மனித சமுதாயம் விளைந்ததோ அன்றிலிருந்தே மனித வரலாற்றின் அமைதி குலைந்தது. இது வரலாற்று பதிவாகும். அன்று தொடங்கிய அதிகாரப் பலப்படுத்தலும், அடிமைத் தனமும், போர்களும், அழிவுகளும், பலப்பல தசாப்தங்களாய் இன்றுவரை தொடர்ந்து கொண்டே உள்ளது. இந்தப் போர்களால் ஏற்படும் இடப் பெயர்வுகள், வன்முறைகள், தனிமை, தேடலின் துயரங்கள் மனித வாழ்வில் இருந்து தவிர்க்க முடியாத ஒன்றாகவும் ஆகிவிட்டது.

காலம்காலமாய் இவ்வாறான துயரங்களுக்கு உட்படும் மக்களும், அவர்கள் பேசும் மொழிகளும், இடங்களும், காலங்களும் மாறுகின்றது. ஆனால் சம்பவங்களும், மக்கள் மனங்களும், உணர்வுகளும், அவர்கள் துயரங்களும் ஒன்றைப் போலவே மற்றொன்று உள்ளது. - இச்சோகங்களும், அவலங்களும்

ஓயவேண்டுமெனில் மக்களிடையே ஒருவருக் கொருவர் அன்பு செய்யக் கூடிய மனநிலை உருவாக வேண்டும்.

பன்னெடுங்காலம் தொடங்கிய இந்த யுத்தகால நெருக்குதலின் அவலங்களை பெண்களின் பார்வையில் எடுத்துச் செல்லும் முகமாக கலாநிதி மங்கை அவர்களின் நெறியாள்கையில் நான்கு நாள் பயிற்சிக்களத்தில் உருவாகியதே "ஒரு பிடி அன்பு" நாடகமாகும். கால மாற்றங்களை காட்டும் ஒரு கருவியாக மொழி இந்நாடகத்தில் பயன்படுத்தப்பட்டுள்ளது.

காட்சி – 01

காற்று, காலங்காலமாய் உயிர்கள் தோன்றி மறையும் இப்பிரபஞ்சத்தின் உண்மைகள் அனைத்திற்கும் சாட்சியமாய் இருக்கும் ஒரு நிலையான உண்மையாகும். இன்று இந்த காற்று புழுதி படிந்து குழம்பிக்கிடந்தது. தொடர்ந்து பூமியில் நடக்கும் வக்கிரங்களால் ஏங்கி குழம்பிய இந்த காற்று பூமியை விழிப்புக்கு கொண்டு வந்து மானுடம் பிழைக்க , அன்பு வேண்டி மெல்ல மக்கள் முன் வருகிறது.

மேடை அமைப்பு:

(மேடையில் வலதுபக்க பின் மூலையிலும், இடதுபக்க பின் மூலையிலும் மக்கள் அமர்ந்திருக்க, வலதுபக்க முன் மேடையில் காற்றுக்கு வரும் 4பெண்கள் நிற்றல். மேடையில் குறுக்காக நான்கு சுளகுகள் வைக்கப்பட்டிருக்கும்.)

காற்று 1: நான என்னே நானனன்னே
    நன்னே நன்னே நானன்னே
    நன்னன்னே நன்னே நன்னே

     நானா .... ஆ.......ஆ

காற்றுக்கள் : நானன்னே நானனன்னே
    நன்னே நன்னே நானனன்னே
    நானனன்னே நன்னே நன்னே

     நானா ....ஆ....ஆ

பாடிக் கொண்டு காற்றுச் சுளகை சுற்றிக்கொண்டு காற்று போல் அசைந்தபடி சுளகுக்கு நேரே நிற்றல். சுளகுகளை எடுத்துக் கொண்டு நிற்றல்.

பாடல்:-   மலையைப் போல நிமிர்ந்து நின்றேன்

மரத்தைப் போல வேர்கள் கொண்டேன்

மண்ணைப் போல பரந்து சென்றேன்.

நானா...

இவ்வாறு பாடியபடி சுளகை கடந்து சென்று சுளகுகளை கையில் எடுத்துக் கொண்டு நிற்றல்.

அனைவரும் : கடலின் அடியில் புதிர்கள் சுமந்தேன்

தென்றல் வீச்சில் புயலைச் சுமந்தேன்

பூமி மடியில் நெருப்பைச் சுமந்தேன்

நானா ....

அனைவரும்: நானநன்னே நன்ன நன்னே ....

அனைவரும்:- மூச்சுக்காற்றாய் நான் மிதந்தேன்

நடப்பது எல்லாம் பார்த்திருந்தேன்.

சாட்சியாக வந்தேன் இங்கு நானே ......

இடதுபக்க பின் மேடையில் இருப்பவர்கள் இப்பாடல் வரிகளை பாடிக்கொண்டிருக்கையில் மேடையின் நடுவில் வந்து "சாட்சியாக வந்தேன் இங்கு நானே..." இந்த வரிகளுக்கு சிலர் சுளகுகளை உயர்த்தியும் பக்கத்திலும் வைத்தபடி நிற்றல்.

அனைவரும்:- கதைகள் காவி காற்றாய் வருவேன்

காற்றின் வடிவில் உயிர்கள் தொடுவேன்

காற்றின் கதையின் உண்மை தெரிவீர் நீரே.....

இப்பாடல் வரிகளுக்கு அனைவரும் தாளத்திற்கு ஏற்றபடி அசைதல்.

கண்ணீரையும் தான் சுமந்து

(காற்று நின்றபடியே வசனம் கூறுதல்.)

காற்று 1: *பாரி மகளிர் பரம்பு மலையிலிருந்து இப்படித்தான் பிடுங்கி எறியப்பட்டார்கள்.

காற்று 2: வம்பவேந்தர்களின் வன்முறை அவர்களைத் துரத்தியது.

காற்று 1 : எல்லாக் காலங்களிலும் இதுதான் மண்ணின் மக்கள் புலம் பெயரும் வரலாறு.

(மக்கள் கூட்டத்திலிருந்து)

நபர் 1 : பரம்பை விட்டுச்சென்ற பின் ஏதோ ஒருநாளில் பாரிமகளிர் தாம் பிறந்து விளையாடிய பரம்பு மலையை நினைத்து இருக்கலாம்.

(கதைபோல் கூறுதல்)

நபர் 2 : நினைத்த நாளும் ஒரு நிலவு நாளாக இருக்கலாம்.

நபர் 3 : இவங்க தந்தையோட பரம்பு மலையில் எத்தன நிலவு நாட்கள் கழிச்சி இருந்திருப்பாங்க.

நபர் 4 : பாரி தனது வேட்டையாடிய கதையைச் சொல்லி யிருக்கலாம்.

நபர் 5 : கபிலர் ஒரு குறிஞ்சிப்பாட்டை இசைத்திருக்கலாம்.

அங்கவை : அந்த நிலாநாளில்

சங்கவை : எந்தை எம்முடனிருந்தார்.

இருவரும்: எம் குன்றையும் பிறர் கொள்ளவில்லை .

அங்கவை : இந்த நிலா நாளிலோ

கபிலர் : இக்குன்றைக் கொண்டோம் என்று வென்ற வேந்தர்களின் முரசொலிக்கிறது.

அங்கவை, சங்கவை :- எந்தை எம்முடனில்லை

நபர் 1: அந்த நிலாநாளில்

---

* கவிஞர் இன்குலாப் எழுதிய **குறிஞ்சிப் பாட்டு** நாடகத்தின் ஒரு பகுதி. இந்நாடகம் செய்தபோது நாடகம் முழுமையாக்கப் படவில்லை.

நபர் 2:	எந்தை எம்முடனிருந்தார்.
நபர் 3 :	எம் குன்றையும் பிறர் கொள்ளவில்லை
நபர் 4 :	இந்த நிலாநாளிலோ
நபர்5:	இக்குன்றைக் கொண்டோம் என்று வென்ற வேந்தர்களின் முரசொலிக்கிறது.
நபர் 6 :	எந்தை எம்முடனில்லை .
காற்று :	மண்ணிழந்து போன மக்களின் முதல் பாடலாக வரலாறு இதைக் கேட்டதோ?
காற்று :	புலம்பெயர்ந்து செல்லும் இனக்குழு ஒவ் வொன்றின் புலம்பலும் இப்படித்தான் இருக்குமோ.

(கூட்டத்திலிருந்து)

காட்சி - 02

(மக்கள் இடம்பெயர்ந்து செல்லும் காட்சி)

அனைவரும்: நானநன்னே நன்ன நன்னே ....

(இப்பாடலின் போது காற்றுக்கள் தவிர்ந்த ஏனையவர்கள் தங்கள் பொருட்களை மூட்டை கட்டுதல். அப்போது கூட்டத்திற்குள் உரையாடல் நடக்கிறது.)

அங்கவை: சங்கவை உள்ள என்ன செய்யிறா

சங்கவை: இரு அங்கவை நமக்கு வேண்டியத எடுத்து வைக்கிறன்.

(தாலாட்டு மெட்டில் காற்றாக வரும் பெண்கள் ஒருவர் பின் ஒருவராக பாடல் பாடுகின்றனர்)

காற்று : ஆராரோ ஆரிரரோ

என் கண்ணே ஆராரோ ஆரிரரோ.....

காற்று2 : ஊருறங்கும் பூவுறங்கும்

உச்சிமலை நிலவுறங்கும்

காற்று :	நேற்றசைந்த தொட்டிலிலே

நெஞ்சுரசக் கண்ணயர்ந்தோம்

காற்றெல்லாம் தேனிழைக்க ......

மலைமடியில் கண்வளர்ந்தோம்.

அழகான நடைவண்டி

அசைந்தாடும் கிலுகிலுப்பை

பழக ஒரு மரப்பாச்சி

பாவையரே யார் பறித்தார்.

(இந்த வரிகள் போய்க் கொண்டிருக்கையில் மக்கள் சேர்ந்து கைகோர்த்தபடியும், இருவர் இருவராக தங்கள் மூட்டைகளை எடுத்துக்கொண்டு நடந்து சென்று பரந்து சோடி சோடியாக இருத்தல்.)

காற்று4 :	தாலாட்டில் அசைந்திருந்த

தொட்டில் வரை இரத்த வெள்ளம் –

பால் வார்த்த நிலா முகத்தில்

பற்றிவிட்ட தீப்பந்தம்

காற்று :	ஏலம்பூ வாய் பொசுங்க

எரிகிறது தீக் கொழுந்து

காலப் புனல் கனக்கும்

எந்தையும் இலமே – 2

(இப்பாடலில் காற்றுத் தவிர்ந்த மக்கள் ஒன்றாக வேறு ஒரு இடத்தில் கூடுதல்)

காட்சி – 03

ஒரு இடத்தில் கூடிய மக்கள் கூட்டத்திலிருந்து

நபர் 1 :	*கிராமத்தின் கொல்லைப் புறமாய்

உறங்கிய காற்று

சோம்பல் முறித்தபடியே

எழும்பி மெல்ல வருகிறது.

---

*	கவிஞர் வில்வரெத்தினத்தின் பாடல்

(காற்றுக்கள் அமைதியாக எழுந்து மேடையில் பரவலாக அசைந்து ஒவ்வொரு இடங்களாகப் போய் பார்த்தல்)

நபர் 2: வெறிசோடிய புழுதித்தெரு

நபர் 3 : குழம்பிக் கிடக்கும் சுவடுகள்

எல்லோரும் : காற்றுக்கு குழப்பமாய் இருந்தது.

நபர் 4 : தயங்கி தயங்கி மெல்ல ஒரு வீட்டு வாசலை எட்டிப் பார்த்தது.

நபர் 5 : ஆள் அரவமே இல்லை

நபர் 6 : இன்னுமொரு வாசல்

நபர் 1 : இல்ல

நபர் 7 : இன்னுமொன்று

நபர் 2 : இல்லை

எல்லோரும் : காற்று என்ன செய்யும்

நபர் 8 : ஒப்பாரி எழுந்தால் ஏந்தி எடுத்து
ஊரின் காதிலே போடும்.

நபர் 9 : அதற்கெங்கே தெரியும்

நபர் 4: காற்று உறங்கும் அகாலத்தில்தான்
மூட்டை முடிச்சுக்களோடு மக்கள்
கிராமத்தை ஊமையாய்விட்டுப் போனகதை

எல்லோரும் : கிராமத்தை ஊமையாய் விட்டுப் போன கதை

நபர் 1 : சொல் வேறுபடலாம்.

நபர் 2 : மொழி வேறுபடலாம்.

நபர் 3 : இழந்து போனவர்களின் நெஞ்சிலோ இந்த
துன்பவரிகள்.

நபர் 4 : மண்ணிலிருந்து துரத்தியடிக்கப்பட்ட மலை வாசிகள்
(இலவசனம் கூறிக்கொண்டே ஒருவர் எழுந்து நிற்றல்)

நபர் 5 :   சொந்தத் தீவை இழந்த அயர்லாந்து மக்கள்

நபர் 6 :   பாலஸ்தீனியர்கள்

நபர் 7 :   குர்துக்கள்

நபர் 8 :   கறுப்பர்கள்

        (காற்று தவிர்ந்த அனைவரும் பின்வரும் வசனத்தை மெதுவாக சத்தமாக, உரத்துச் சத்தமாக 3 தடவை சொல்லுதல்)

குழு :   இந்த வரிசையில் நாம் – 3

        (கபிலர் மக்கள் கூட்டத்தில் இருந்து எழுந்து மேடையின் முன் நடுவில் வந்துநிற்றல்)

கபிலர் :   *அற்றைத் திங்கள் அவ்வெண்ணிலவில்
                எந்தையும் உடையேம்

                எம் குன்றும் பிறர் கொள்ளார்-2
                இற்றைத் திங்கள் இவ்வெண்ணிலவில்-2
                வென்று எரிமுரசின் வே...ந்...த....ர்
                இற்றைத் திங்கள் இவ்வெண்ணிலவில்
                எம் குன்றும் கொண்டார் யாம்
                எந்தையும் இலமே.

சங்கவை, அங்கவை :– இருவரும் மீண்டும் இதே வசனங்களை
                இருந்தவாறே கூறுதல்.

காற்றுக்கள்   இதே வசனத்தை பாடலாக பாடுதல்.

பாடல்

        காற்றுக்கள் :அற்றைத் திங்கள் அவ்வெணிலவில் - 2
        எந்தையும் உடையேம்
        எம் குன்றும் பிறர் கொள்ளார் - 2
        இற்றைத திங்கள் இவ்வெண்ணிலவில் - 2
        வென்று எரிமுரசின் வே ..ந்...த..ர்
        இற்றைத் திங்கள் இவ்வெண்ணிலவில்

---

*   சங்கப் பாடல்

எம் குன்றும் கொண்டார் யாம்
எந்தையும் இலமே! இலமே!

பிள்ளை 2 :- ஆ.......... விழுந்தித்து
உள்ளதான் விழுந்துத்து நான் வெண்டுத்தன் - 2

விளையாட்டு - 3 சிறுவர் குழு - 3

கிட்டிப்பொல் விளையாட்டு பிள்ளை 1:- உத்தயா (ஒட்டா)
பிள்ளை 2 :- உத்து (ஒட்டு)

(கிட்டி அடித்து பாட்டம் பாடல்)

(100 வரை அளந்து விட்டு)

பிள்ளை 1:   பாட்டம் பாடுதல் : ஆலையிலே சோலையிலே
        ஆலம்பாடிச் சந்தையிலே கிட்டிப் புள்ளும்,
        பம்பரமும் கிறுகியடிக்கப் பாலாறு......

அம்மா :   என்ன சத்தம் அங்க (வேலை செய்தபடி)

மகள் :   சும்மா விளையாட்டுத்தான் அம்மா

        (என்று தாயிடம் கூறிவிட்டு மீண்டும் பாட்டம் பாடுதல்)

காட்டினிலே ரோட்டினிலே
வெடிகள் வருகுது வீட்டினிலே
குண்டும் சன்னமும் வீசியடிக்க
உருண்டோடு உருண்டோடு.

என்று உரத்துப்பாடிக் கொண்டிருக்கையில் தாய் வந்து மகளை
மறித்து மகளின் கையைப் பிடித்து

தாய் :   ஏய் என்ன சொல்லி விளையாடுறா?

மகள் :   (மூச்சு வாங்கியபடி) (இழைத்து இழைத்து)
        காட்டினிலே ரோட்டினிலே
        வெடிகள் வருகுது வீட்டினிலே
        குண்டும் சன்னமும் வீசியடிக்க
        உருண்டோடு உருண்டோடு

        (என்று வசனங்களை தாய்க்கு கூறுதல்)

தாய் :   ஏய் என்ன இது

மகள் :   என்னம்மா, நடக்கிறதத்தானே சொல்லுறன்

பாடல்

காற்று:   நானனன்னே நானனன்னே
           நன்னே நன்னே நானனன்னே
           நானனன்னே என்னே என்னே

                                          நானா....

           மூச்சுக்காற்றாய் நான் மிதந்தேன்
           நடப்பது எல்லாம் பார்த்திருந்தேன்
           சாட்சியாக வந்தேன் இங்கு நானே ..
           கதைகள் காவி காற்றாய் வருவேன்
           காற்றின் வடிவில் உயிர்கள் தொடுவேன்
           காற்றின் கதையின் உண்மை தெரிவீர் - நீரே

காட்சி - 04

    குழந்தைத்தனத்தையும், சிறுவர்களின் இயல்பையும்
மாற்றும் யுத்தகாலங்கள். (சிறுவர்கள் விளையாட்டு

    மேடை அமைப்பு :- மேடையில் இரு சிறுவர் குழு
விளையாடிக் கொண்டுள்ளது. ஓரத்தில் சிறுவர்களில் ஒருவரின்
தாயார் வீட்டு வேலைகளில் ஈடுபட்டுக்கொண்டுள்ளார்.

விளையாட்டு - 1 சிறுவர் குழு - 1

பிள்ளை 1 :   யார் சங்கு

பிள்ளை 2 :   அம்மா சங்கு

பிள்ளை 1 :   யார் சங்கு

பிள்ளை 3 :   அப்பா சங்கு

விளையாட்டு - 2 சிறுவர் குழு - 2

பிள்ளை 1 :   பிளேன் வருது ஓடிவாங்கோ - 2
              வருது வருது அந்தா வருது

பிள்ளை 2 :   உள்ளே விழும்

பிள்ளை 3 :   வெளியிலதான் விழும்

பிள்ளை 2 :   வெற்(பெட்) பிடிப்பமா? உள்ளதான் விழும்.
              *நிலந்தொட்டுப் புகார்
              வானம் ஏறார்
              விலங்கிரு முன்னீர்
              காலிற் செல்லார்
              நாட்டின் நாட்டின்
              ஊரின் ஊரின்
              குடிமுறை குடிமுறை தேரில்

தாய் 1 :   **பிந்தினு வெவ 2000**

காற்று :   *நிலம் தொட்டுப் புகார்*

தாய் 1 :   **பிந்தினு வெவ 2000**

காற்று :   *வானம் ஏறார்*

தாய் 1 :   **பிந்தினு வெவ 2000**

              பிஞ்சுக் காலெடுத்து புறப்பட்டுப் போன மகன்

              புகையாய் திரும்பினான்.

காற்று :   *விலங்கிரு முந்நீர்*
              காலிற் செல்லார்.

தாய் 2 :   2000ம் ஆண்டு வெசாக் குண்டுவெடிப்பு

காற்று :   *நாட்டின் நாட்டின் ஊரின் ஊரின்*

தாய் 2 :   2000ம் ஆண்டு வெசாக் குண்டு வெடிப்பும்
              துப்பாக்கி சூடுகளும்

காற்று :   *குடிமுறை குடிமுறை தேரில்*

தாய் 2 :   வெளிச்சக்கூடுகள் பார்க்கச் சென்ற என்
              புதல்வியர் ஊமையாய் திரும்பினர்.
              உயிரற்ற உடல்களுடன்.

---

*   வெள்ளிவீதியின் சங்கப் பாடல்

காற்று : *நிலம் தொட்டுப் புகார்*
வானம் ஏறார்.

தாய் 3 : என் மகன் ஒரு குற்றமும் செய்யவில்லை .
என் மகனும் நானும் ஒரு குற்றமும் செய்யவில்லை .
என் மகன் எங்கு இருக்கிறான்.
என் மகன் எங்கு போனான்.

காற்று; *விலங்கிரு முந்நீர்*
காலிற் செல்லார்.

தாய் 3 : உங்களுக்கு விளங்கிது தானே

காற்று : *நாட்டின் நாட்டின்*
ஊரின் ஊரின்
குடிமுறை குடிமுறை

தாய் : சும்மா ஓடித்திரியாம இருந்து விளையாடு (என்று
கூறி தனது வேலையில் ஈடுபடுதல்)

(பிள்ளைகள் வேறு விளையாட்டு விளையாடத்
தொடங்குகிறார்கள்)

அவர்கள் வட்டமாக இருந்து

பிள்ளை 1 : கிள்ளி கிள்ளி பிராண்டி
கீயா மாயாப் பிராண்டி
கொப்பன்ட தலையில என்ன பூ

பிள்ளை 2 : முருங்கப் பூ

பிள்ளை 1 : முருங்கப் பூவத் திண்டவளே
பாதி விளாங்கா கடிச்சவளே
பாவட்டங் கைய மடக்கு

(இரண்டாந் தரம் கிள்ளி கிள்ளிப் பிராண்டி கீயா மாயாப்
பிராண்டி .... என்று தொடங்க)

பிள்ளை 3 : ஏய், இப்படிச் சொல்லாத , இப்ப நான் சொல்றன் பார்,

பிள்ளை 3 : கிள்ளிப் கிள்ளிப் பிராண்டி
கீயா மாயாப் பிராண்டி
ஆமிட கையில என்ன இருக்கு

பிள்ளை 4 :   துவக்கு

பிள்ளை 3 :   துவக்குத் தூக்கிக் சுட்டவனே
நாலுபேர அடிச்சவனே உன்ர
கைய மடக்கு

(மீண்டும் சொல்லத் தொடங்க தாய் இடைமறிக்கிறாள்)

தாய் :   ஏய் சும்மா இருக்க மாட்டீங்க போல

மகளை நோக்கி: நீ உள்ள வா

மகள் :   அம்மா கூப்பிடுறா நான் போறன்.

பிள்ளை 2 :   அப்ப போ ...

(பிள்ளைகள் எழுந்து செல்லல்.)

காற்றுக்கள் :   *யுத்தகால இரவுகளின் நெருக்குதலில் எங்கள் குழந்தைகள் வளந்தவராயினர்.

காட்சி - 05

(பக்கத்தில் தங்கள் பிள்ளைகளை இழந்த, தொலைந்த தாய்மார்கள் மேடையில் அங்கும் இங்குமாய் சோகமாய் நிற்கின்றனர்.)

காற்று : நிலம் தொட்டுப் புகார்

பு.ப. :   மதர் அன்ட் டோட்டர் ... கம் (ஒரு பெண்ணை அழைக்க சட்டை அணிந்த பெண் வந்து ஒரு பெண்ணிண் தோளை அணைத்தபடி நிற்றல்)

பு.ப. :   ஓ .. நோ , அம்மா மகள் வித்தியாசம் தெரியவில்லை அம்மா சாறி கட்டு. (அப்போது கூட்டத்திற்குள் இருந்த பெண் ஆத்திரத்துடன் புகைப்படகாரனை நெருங்கி அவனது தலையை பிடித்து தன் பக்கம் திருப்புகிறாள். திருப்பியபடி அப்பெண்)

பெண் :   நீ சொல்கின்ற அடையாளங்களை கொழுவிக் கொண்டு திரிய நாங்க என்ன றக்கைகளா?

---

*   சிவரமணி

(தொடர்ந்து புகைப்படக்காரனை நோக்கி அப்பெண் பின்வரும்மாறு சொல்ல அவன் பின் நோக்கி நகர்கிறான்)

பெண் : *நான் விண்ணை வலம் வந்து
விண்மீனை முத்தமிட்டு
சந்திரனைப் பாடி மரங்களில் இளைப்பாறி
மலர்களைத் தழுவி எல்லையில்லா அண்டப்
பெரு வெளியில் என்னை இழந்து
என் நாமம் கெட்டு சதிராடிச் சுழல்வேன்
சுழல்வேன் துயர் மறப்பேன்.

(புகைப்படக்காரன் ஓட, பெண் அதே வரிகளை பாடலாக பாடி ஆடுகிறாள்.)

பாடல் :- நான் விண்ணை வலம் வந்து
விண்மீனை முத்தமிட்டு
சந்திரனைப் பாடி மரங்களில் இளைப்பாறி
மலர்களைத் தழுவி எல்லையில்லா அண்டப்
பெரு வெளியில் என்னை இழந்து
என் நாமம் கெட்டு சதிராடிச் சுழல்வேன்
சுழல்வேன் துயர் மறப்பேன்.

காட்சி – 06

(பெண்கள் தங்கள் தங்கள் வேலைகளில் ஈடுபட்டுக் கொண்டிருக்கின்றனர். திடீரென அவர்களுக்கு அவர்கள் வேலைகளை செய்ய முடியாதபடி மறிக்கப்பட்டு ஒடுக்கப்படும் சூழல் உருவாகிறது. இவ்வாறு ஒடுக்கப்பட்டு வன்முறைக் குள்ளான பெண்களின் கதை மேடையில் கூறப்படுகிறது.)

(காற்றாக வலப்பக்கமும், இடது பக்கமும் நிற்கும் பெண்கள் ஒன்றாகச் சேர்ந்து அசைத்தபடி பாடல் பாடுதல்)

பாடல் : நன்ன நன்னே நான நன்னே
நன்னே நன்னே நானநன்னே
நன்ன நன்னே நானே நன்னே நானா......

---

* சங்கரி

மலையைப் போல நிமிர்ந்து நின்றேன்
மரத்தைப் போல வேர்கள் கொண்டேன்
மண்ணைப் போல பரந்து சென்றேன் நானே...

கதைகள் காவிக் காற்றாய் வருவேன்
காற்றின் வடிவில் உயிர்கள் தொடுவேன்
காற்றின் கதையின் உண்மை தெரிவீர் நீரே ...

(பாடிக்கொண்டு காற்று வலப்பக்கமாக போதல்)

காட்சி - 07

(அந்நிய நாட்டுக்காரன், பெண்களை விளம்பரத்திற்காக வெவ்வேறு விதமாக புகைப்படம் எடுக்கும் காட்சி)

காட்சி அமைப்பு :

(பல பெண்கள் வரிசையில் நிற்றல். ஒருவர் விசில் அடித்தவாறு அப்பெண்களை சுற்றிவர பார்த்தல். பின் வரிசையில் நின்ற பெண்களிலே ஒருவரை விரலால் அழைத்தல்)

புகைப்படக்காரன் : ரீ - . ரீ .. தேயிலைப் பெண்..

(பெண் வருதல். பு.ப.கா அருகில் சென்று)

ஓ . . பாஸ்கெற் . . . (பு.ப.காரன் அப்பெண்ணின் தலையை கூடையை சரியாக்கல். பின் புகைப்படம் எடுத்தல்.)

பு.ப :- (ஒரு பெண்ணை விரலால் அழைத்தபடி) டான்ஸ் அக்சன் . . . (பெண் வருதல் பு.ப.காரன் அப்பெண்ணின் கைகளை கழுத்தை நடனத்திற்கு ஏற்றபடி சரியாக்கி படம் எடுத்தல்)

பு.ப. : மொடன் கேள் (விரலால் ஒரு பெண்ணை அழைக்க அப்பெண் வருதல். பின் அப்பெண்ணின் தலை முடியை சரியாக்கி முன்பக்கம் போட்டு படம் எடுத்தல்)

பெண் 3 :- 13 வயசு பிள்ளை ரியூசனுக்கு போக நிக்கக்குள்ள பக்கத்து வீட்டுக்கார மாமா சைக்கிளில் வந்து கூப்பிட்டார். பிள்ளை பார்த்துது. தெரிஞ்ச மாமொதானே என்று சைக்கிளில்

ஏறித்து. இப்படி போகக்குள்ள ரியுசன் சென்ற இடம் வந்தது. இவர் நிப்பாட்டாம கொண்டு போனார். கொஞ்சத்தூரம் போனதும் ஆற்றங்கரையோரம் பற்றைக்காடுகள். அந்த இடத்தில சைக்கிள நிப்பாட்டிற்று பிள்ளைய கூட்டிற்று போய் என்னவோ செய்திருக்கார்.

பிறகு அந்தப் பிள்ளையை பிள்ளையின்ர வீட்டுக்காரர் எங்களிடம் கூட்டிற்று வந்தாங்க. நாங்க அந்தப் பிள்ளையிடம் என்ன நடந்திச்சு என்று கேட்டா. பிள்ளைக்கு சொல்லத் தெரியல்ல. சொல்லத்தெரியாம அழுக தொண்டைக்குள்ள அடச்சி அடச்சு வாறது தெரிஞ்சது. பிறகு இப்படியா இப்படியா என்று கேட்க கேட்க ஒருமாதிரியாக சொல்லித்து. இப்ப அந்தப் பிள்ளை ஊரில இருக்கேலாதமாதிரி ஊர்சனங்கள் ஒருமாதிரியாக கதைதான். அதால அந்தப்பிள்ளையின்ட குடும்பம் அந்த ஊரில் வாழாமல் பிள்ளைய கூட்டித்து ஊரையே விட்டுத்து போய்த்தாங்க.

3பெண்களின் கதை முடிவில்

(பெண் என்ற ரீதியில் பல துன்பங்களுக்கு உட்பட்ட இவர்கள் வாழ்தலுக்கு மீண்டும் எழுகின்றார்கள்.)

1வது பெண் :   ஆனால்

2வது பெண் :   ஆனால்

3வது பெண் :   ஆனால்

பின்னால் இருக்கும் அனைத்துப் பெண்களும் இவர்களுடன் இணைந்து குரல் கொடுக்கின்றனர்.

பாடல் : (அனைவரும் கம்பீரமாய் அசைத்தபடி)

*ஆனால்
நான்
வாழ்ந்தேன் .
வாழ்ந்தேன்
வாழ்நாள் எல்லாம் - நாளாக - 2

---

*   சிவரமணி

இருள் நிறைந்த
பயங்கரங்களின் ஊடாக - 2
நான் வாழ்ந்தேன் - 2
வாழ்ந்தேன்
இன்னும் வாழ்கின்றேன்
வாழ்கின்றேன் - நானாக

பாடல் முடிவில் மேடை அமைப்பு :

(எல்லோரும் பாடி முடித்தபின் காற்றாய் வரும் பெண்களும் மக்கள் கூட்டமும் மேடையில் இரண்டு பகுதியாக பிரிந்து கலந்து நிற்றல்.)

காட்சி அமைப்பு:

(நான்கு பேர் சுளகுகளுடன் அணிவகுத்து வந்து நிற்றல். பின்னால் இருக்கும் அனைவரும் அங்குமிங்குமாக நடத்தல். அவற்றைக் கண்காணிப்பது போல் சுளகுகளுடன் நின்றவர்கள் அவர்களை பின் தொடர்ந்து, குறிப்பிட்ட 3 பெண்களின் பின்னால் சென்று அவர்களை சிறை வைப்பதுபோல் சுளகினால் தடுத்து வைத்தல். ஏனைய பெண்கள் பின்னால் நிற்கின்றனர்.

நான்கு பேர் திரை பிடித்துக்கொண்டு நிற்கையில் தடுக்கப்பட்ட மூன்று பெண்கள் திரைகளுக்கு நடுவில் இருந்து கொண்டு ஒவ்வொருவராக வந்து கதைகூறல்)

பெண் 1 :- எனக்கு மூன்று பிள்ளைகள் கஷ்டப்பட்டுத்தான் மூன்று பிள்ளைகளையும் நான் வளர்க்கன். நாங்கள் விரும்பினாலும் விரும்பாட்டியும் கட்டினவனோட வாழணும். ஆனா அவர்களுக்கு அப்படியில்ல. என்ர புருசனும் தலாக் சொல்லித்து என்ன விட்டிற்று போயித்தார்.

நான் தனியே என்ற பிள்ளைகளை கஷ்ரப்பட்டு வளத்து வரக்குள்ள என்ட புருசன் தம்பி முறையான ஒருத்தன் என்ன கரச்சல் படுத்த தொடங்கினான். அவனுக்கு என்னோட கூடாம நடக்க விருப்பம். ஆனா நான் அவன்ர சேட்டைக்கெல்லாம் இடம் கொடுக்கல்ல. பின்ன இவன்ர கரச்சலும் கூட. வெளிநாட்டுக்கு

போய் உழைக்க விரும்பினன். என்ர கூட்டாளி ஒருத்தி நான் வெளிநாடு போக உதவினாள்.

அங்க போய் கஷ்டப்பட்டு உழைத்து வீட்டுக்குத் தேவையான சாமான் எல்லாம் வாங்கி டிவி, டெக், பிரிஜ், பேன் கனசாமான் சேத்தேன். பிறகு பிள்ளைகள் பார்க்க நாட்டுக்கு வந்தன். இங்கு வந்து பிள்ளைகளோட கொஞ்சநாள்தான் சந்தோசமாக இருந்திருப்பன்.

நான் முந்தி சொன்ன இவர்ர தம்பி முறையான ஒருத்தன் எண்டு, அவன் பழையயபடி கரைச்சல் கொடுக்க தொடங்கினான். இப்ப அவனுக்கு பின்னால ஒரு கூட்டமும் இருந்தது. அதில் ஆமில இருந்து விலகினவனுகளும் இருந்தானுகள். நானும் முந்திமாதிரி அவன்ர சேட்ட ஒண்டுக்கும் இடம் கொடக்கல்ல. அவனுக்கு சரியான கோபம்.

ஒரு நாள் இரவு ஊர் முழுக்க டக்கெண்டு கரண்ட் இல்லாம போயித்து. எங்கட வீட்டுக்குள்ள 4, 5 பேர் புகுந்தானுகள். வெளியில ஓடித்தப்ப ஏலாம கொஞ்சபேர் வெளியில நிண்டானுகள். எங்களுக்கு உதவிக்கு ஒருத்தரும் வர ஏலாம வீட்டச்சுத்தி இவனுகள். வீட்டுக்குள்ள புகுந்து முதலில் ஒண்டு விடாம வீட்டுச் சாமான் எல்லாத்தையும் உடைச்சு நொறுக்கினானுகள். பிறகு என்ன தனியாகவும் பிள்ளைகள் தனியாகவும் அடைச்சானுகள். பிறகு எனக்கு அடி அடி எண்டு அடிச்சி மிதிச்சி அறைஞ்சானுகள். பிறகு என்ர தலைமயிர எல்லாம் கண்ட மாதிரி வெட்டி மொட்டை அடிச்சானுகள். பிறகு என்ன கெடுத்தானுகள். ஆள் மாறி ஆள் ஒரு 10, 12 பேர் இருக்கும். கடைசியா என்னை பிளக்க ஒரு கிறிஸ்ச இழுத்தானுகள். என்ர பிள்ளை 'எங்கட அம்மாவ விட்டுடுங்க அவவ கொல்லாதீங்க' எண்டு கத்தி, கெஞ்சி கும்பிட்டாள்.

அவனுகள் வெட்டிக்கொண்ட 3 பொம்பிளைகளுள் நான் மட்டும் தான் தப்பினன். இப்ப ஒண்டுமே இல்லாம நானும் பிள்ளைகளும் இருக்கம். பழையபடி வெளிநாடு போய்தான் சேர்க்கனும்.

பெண் 2 :- எனக்கு 35 வயது. என் புருஷனும் செத்திட்டார். என்ர மூத்தமகனும் போய் சேந்திட்டான். என்ட வீட்டையும்

எடுத்திட்டாங்கள். எனக்கு எத்தனை அடி, உதை, ஆயுதத்தால், பச்சை உடுப்பு போட்ட கையால, போடாத கையால சப்பாத்து காலால, வெறும் காலால.. எத்தனை வருஷம். ஒரு பொம்பிளைக்கு அடிச்சா அதுவும் கற்புப்போன கதைதான். பேப்பரில் நியூசில். பிறகு ஒருத்தரும் என்ன வேணாம் என்டிட்டாங்க.ஏன் தெரியுமா பயம், அருவருப்பு.தாய், தகப்பன், பக்கத்து வீட்டுக்காரர்கள், சகோதரர்கள், நான் கும்பிடுற கோயில்காரர்கள் ஒருவரும் என்னை பார்க்க வரவேயில்லை. பிறகு ஒன்று செய்ய இயலாம என்ர மகனப் பணயம் வைச்சு என்னை கட்டிப் போட்டாங்க. அவன் இப்போ புனர்வாழ்வு முகாமில். நான் இங்க. என்ர மகனுக்காகத்தான் நான் வாழுறன்.

நபர் 1 :   காற்றுக்கு வாயடைத்துப் போனதோ
                காற்று ஊமையாய் போனதோ

காற்று :   அதிர்ச்சி இன்னும் போகவில்லை.
                இதுவா நம் வாழ்வு
                இதுவா நம் வாசல்

(காற்றுடன் சேர்ந்து அனைவரும் பாடல்)

பாடல் :   *ஈரமற்றுப் போனதுடா
                போனதுடா இந்நிலம்தான்
                கூன்விழுந்து மானுடம்தான்
                குந்தியிருக்கிறது இங்கே
                யாரேனும் ... ஐயோ
                யாரேனும் , ...
                இதயத்தை பிளிந்தெனினும்
                உயிர்த்தண்ணி வார்க்கும் வரை
                முதுகு பிளந்தெனினும்
                முள்ளெழும்பை ஊன்றுகோலாய்
                முள்ளெழும்பை ஊன்றுகோலாய்
                ஊன்றுகோலாய் வழங்கும்வரை

---

*   கவிஞர் வில்வரெத்தினம்

இந்த

நீண்ட நெடும் பாலைவழி

காத்திருக்கும் காத்திருக்கும்

காத்திருக்கும் காத்திருக்கும்

வசனம் :   அன்பினிலே வறிய நாமே

வன்பாலை உலகு செய்தோம்

அன்பகத்தீர் . . .

தயவு செய்து ஒருபிடி

அன்பு செய்வீர்.

(அனைவரும் தொடர்ந்து பாடுதல்)

அன்பினிலே வறிய நாமே

வன்பாலை உலகு செய்தோம்

அன்ப கத்தீர் - தயவு செய்து

ஒருபிடி அன்பு செய்வீர்..

ஒருபிடி அன்பு செய்வீர்..

ஒருபிடி அன்பு செய்வீர்..

(பாடியவாறு ஒருசிலர் முன்னுக்கு வருதல்.)

(பாறையாகிவிட்ட மனதின் ஆழத்தில் இருக்கும் அன்பு எனும் ஈரத்தை மக்கள் வெளிக்கொண்டு வருகின்றனர். அதன் அவசியத்தை பறைசாற்றி முன்வைக்கின்றனர். பகிர்கின்றனர். இதயங்கள் இளகுகின்றன.)

(நடிகர்கள் துண்டையும், மஞ்சள் கரைத்த நீரையும் பார்வையாளர் மத்தியில் எடுத்துச் செல்கின்றனர். அவர்கள் மஞ்சள் நீர் தொட்டுத் துணியில் வைக்கின்றனர்.)

5. காவலம்மா

கடந்து வந்த 30 வருடங்களுக்குள் மீண்டும நாம் 30 நிமிடங்களில் சென்று வருவதென்பது... சென்றுதான் வரவேண்டும். "காவலம்மா" கசப்பான வழிகளுக்கூடாக அழைத்துச் செல்கிறாள் எம்மை. அவை நாம் கடந்தவை எனினும் கடந்து கொண்டிருப்பவை. விழுந்தபோது எழுப்பிவிட்ட உறவுகளை அருகில் கொண்டு இருத்தி வைப்பாள். மீளவும் தலை தடவும் இவர்கள் கரங்கள். கனமான பல காலங்களுக்குள் எம்மை அழைத்துச்செல்கிறது.

ஃபஹ்ரீமா ஜஹான், பானுபாரதி சுல்பிகா, ஆழியாள், ஜெயந்தி தலையசிங்கம், விஜயலட்சுமி, கவிதைகள், கூடவே எரிந்து போன உலகின் சாம்பலில் இருந்து மீண்டும உயிர்கொடுக்கும் காவலம்மா கையில் ஒளவையின் வரிகள். இவள்தான் காவலம்மா... 30 வருடத்தை 30 நிமிடங்களுக்குள் வாழ்வதென்பது! எனினும் நாம் வாழ்வோம்.

காட்சி - 1

பின்னாலிருந்து பெண்கள் பாடலுடன் பார்வையாளர் முன்வந்து வணக்கம் தெரிவித்தால். (பாவனை - மரம் அசைதல்)

குரல்-1	வாழ்ந்து பொலிந்த இந்த - காவலம்மா வாழ்க்கையை சொல்ல வந்தோம்.
குரல் -2	வெய்யில் கொளுத்தி அந்த காவலம்மா வீழ்ந்த கதை சொல்ல வந்தோம்.
குரல் 1	அகப்பை கொண்டு இருளை நீக்கி கிடுகு கொண்டு நிலம் குளிர்த்தி மீண்டும் மரம் வளர்த்து புத்துயிர்த்து புத்துயிர்த்து.* (வாழ்ந்து)

காட்சி - 2

திரையின் பின்னே உருவங்கள் அசைவுகளுடன் குரல் எழுப்பியவாறு மக்கள் கூட்டத்திற்குள் நெருங்குதல். சுருக்குக்கயிற்று முடிச்சுக்கள் மட்டும் மக்கள் பார்வையில்பட மக்கள் பயத்துடன் ஒடுங்கியிருத்தல். பயத்துடன் வெறுப்படையும் மக்கள் கூட்டத்திற்குள் பல வித இரைச்சல் உருவாகின்றது.

குரல்-1 (திரையின் பின்னால் இருந்தபடி) நீங்கள் குற்றமிழைக்குமிடத்து உங்களைப் பாதுகாத்துக் கொள்வதற்கான உத்தரவாதத்தை இப்பத்திரம் உங்களுக்கு வழங்கும்.

குரல்-2	நீங்கள் செய்யவேண்டியது
குரல்-1	அதிகாரம் அளிக்கப்பட்ட ஒரு குழுவில்
குரல்-2	அங்கீகாரம் அளிக்கப்பட்ட அங்கத்தவராதல்
குரல்-1	இனவெறி, இராணுவம், கூலிப்படை
குரல்-2	கூலிக்குக் கூத்தடிப்போர்
குரல்-1	ஏவலாளர்கள்
குரல்-2	எட்டப்பர்கள்
குரல்-1	எத்தர்கள்
குரல்-2	தெத்துப்பிராட்டிகள்

* ஃபஹீமா ஜஹான்

குரல்-1	ஒட்டிப்பிழைப்போர்
குரல்-2	இன்னோரன்ன அதிகாரத்துவத்தின் அங்கீகாரம்பெற்ற அல்லது பெறக்கூடிய ஏதாவது ஒன்றில் நேர்மை, உண்மை, ஈவு, இரக்கம், அறிவு, அனுதாபம், உடமை, உண்மை, உறவு உட்பட ஏதாவது ஒன்றை மாதாந்தக் கொடுப்பனவாகச் செலுத்தலாம். பாதிக்கப்பட்டவர்.
குரல்-1	குற்றம், குற்றச்சாட்டு, குற்றம் சாட்டுபவர், குற்றத்தடயம் நீதி மன்றம், நீதிவரைபுகள், நீதியாளர்கள் தொடர்பாக
குரல்-2	பின்வரும்
இருவர்:	உண்மைகளும் கதைகளும் உங்களுக்குள்ளன.
குரல்-1	நிராகரித்தல்,
குரல்-2	நியாயப்படுத்துதல்...
குரல்-1	நையாண்டி பண்ணுதல் மறைத்தல்,
குரல்-2	மாறாட்டம் செய்தல்,
இருவர்:	அதிகாரலாபம், மாதாந்த வட்டியாகவும் வருடாந்த போனசாகவும் உங்களுக்குக் கிடைக்கும்.
குரல்-2	இப்பத்திரம் பெற்றோர் வாழ்நாள் முழுவதற்கும் தண்டனை விலக்கு அளிக்கப்படுவதுடன் குற்றமறைப்பு கலாச்சாரத்தின் பங்குதாரராகவும் ஆக்கப்படுவர்.
குரல்கள்:	நீங்கள் குற்றமிழைக்குமிடத்து உங்களைப் பாதுகாத்துக் கொள்வதற்கான உத்தரவாதத்தை இப்பத்திரம் உங்களுக்கு வழங்கும்.*

காட்சி- 3

சோகமான மக்கள் கூட்டத்திற்குள் ஓலக்குரலும் ஒப்பாரியும் கேட்டல்...

---

* சுல்பிகா

| குரல்-1 | (வசனம்) வெயில் கொளுத்தி அந்த காவலம்மா வீழ்ந்தாள். |

அய்யோ தன் பிணத்தை தான் கிடத்தி தான் பாாக்கும் அவலம் இது

| குரல்-2 | (ஒப்பாாி) வெயில் கொளுத்தி அந்த காவலம்மா வீர்ந்தாள் அய்யோ தன் பிணத்தை தான் கிடத்தி தான் பாாக்கும் அவலம் இது |

காட்சி - 4

மக்கள் தம் வாழ்விடங்களைவிட்டு இடம் பெயர்ந்து செல்லுதல். இவர்கள் தங்களால் முடிந்தவற்றை தலையிலும் கையிலும் சுமந்தபடி செல்கின்றனர்.

| குரல்-1 | குடம்... வந்தால் முதலில் தேவை. குடத்தைக் கிணற்றுக்குள் போட்டோம் |

| குரல்-2 | கிணத்தைக் கட்டி பக்கத்துப் பற்றைக்குள் உருட்டிவிட்டாள் அம்மா |

| குரல்-1 | தீர்ந்து போன விளக்கில் எண்ணெயை விட்டு – வாசலில் கொளுத்தி வைத்து விட்டு பின் கதவால் புறப்பட்டோம்.* |

| குரல்-2 | கையில் அகப்ட்ட பொருளுடன் மண்வெட்டியை எடுத்துச் செல்லும் புதியதோர் இடம் பெயர் வாழ்வு. |

| குரல்-1 | யுத்தம் மக்களைத் துரத்தி துரத்தி விரட்டியபோதும் வாழ்தலுக்கான நம்பிக்கையை இன்னமும் இழக்காமல் "இடம்பெயர்ந்து புதிய இடத்தில் தோட்டம் செய்து வாழ்வோம்" – என்ற மன உறுதி கொண்ட மக்கள் – என நினைத்துப் பெருமிதம் கொண்ட வேளையில்.... |

| குரல்-2 | "ஒரு குழல் ஷெல் தாக்குதலுக்கு உயிர் தப்பி விடுவோம்" – என்ற இடம்பெயர் வாழ்வு போய் இப்போ "பல் குழல் ஷெல் தாக்குதலில் பல |

---
*　　விஜயலட்சுமி சேகர்

பேரில் சில பேர் இறப்பர்" – என்ற நிச்சயத்தோடு இறப்பவர்களை அனாதைப் பிணங்களாக விட்டுச் செல்லாது "பிணத்தைப்" புதைப்பதற்காய் மண்வெட்டியுடன் ஓடுகிறோம்"*

காட்சி -5

இடம் பெயர் முகாம் வாழ்வில் அதிகாரத்துவத்தின் கீழ் பெண்கள் சிறுவர்கள் மக்கள். கயிற்றுக் கொடியில் தொங்கும் பெண்ணின் உள்ளாடை. அதனை 3 பேர் சுற்றி சுற்றி ஆராய்தல், மோப்பம் பிடித்தல். பின்னணியில் குரல்கள் ஒலிக்கிறது.

குரல்-1   தடை செய்யப்பட்ட பாதையின் வழியே சிட்டுக்குருவி கைகளை வீசி நடந்து விட்டதென்று அதன் படுக்கையறையின் கதவுகளை உடைத்து பலவந்தமாய் உள் நுழையவும்,

குரல்-2   சிட்டுக்குருவி களைந்து போட்ட அழுக்கு உடையின் கூடையை கிண்டிக் கிளறி நுகரவும் உங்களுக்கு அனுமதியுண்டென்கிறீர்கள்.

குரல்-3   சிட்டுக்குருவியின் இரவுகளையும் படுக்கை விரிப்பையும் சூழவர நின்று ஆளாளுக்கு விளக்குப் பிடித்துப் பார்க்கவும் உங்கள் சட்டப் புத்தகத்தில் இடமுண்டு என்கிறீர்கள்.

குரல்-4   சிட்டுக் குருவியின் தீட்டுத் துணியைக் கழுவிக் காயவிடும் கயிற்றுக் கொடியை சுற்றிக் கறையான் படைபோல் சூழ்ந்து கொள்கிறீர்கள். இது உங்கள் தர்மம் என்கிறீர்கள்.

குரல்கள்:   (எல்லாரும்) சிட்டுக்குருவியின் ஆச்சியோ அல்லது அப்பாச்சியோ இச்சணம் இருந்திருந்தால் "உங்காத்தாமா ரோட சீலயக் கிழப்பிப் பாருங்கோடா" என்றுரைத்திருப்பார்.**

---

*   ஜெயந்தி தளையசிங்கம்

**   பானுபாரதி

காட்சி-6

முன் பக்கத்தில் உள்ள முள்வேலிக்கூடாக சிறுவர்கள் வெளியுலகை ஆசையுடன் எட்டி எட்டிப் பார்த்தல். பின்னணியில் சில சிறுவர்கள் நான்கு மூலைத் தாச்சி விளையாடல்.

குரல்-1	வாங்க வாங்க எல்லாரும் விளையாடுற விளையாட்டு விளையாடுவம்.
குரல்கள்:	"என்ன விளையாட்டு"
குரல்-1	"கொத்திருக்கு கொத்து"

சிறுவர்கள் 'கொத்திருக்கா கொத்து' விளையாடத் தொடங்குதல். தங்கள் வாழ்வின் மறக்கமுடியாத இழப்புக்களின் கதைகளையே கொத்தாக மாறிப் மாறிப் போடுகின்றனர். (முகங்களில் விளையாட்டும் கதைகள் சோகமாகவும் உள்ளது.)

குரல்-1	கொத்திருக்கா கொத்து
ஏனையவர்கள்	என்ன கொத்து
குரல்-1	மாங்கொத்து
ஏனையவர்கள்:	போட்டுத்துப்போங்க
குரல்-1:	யாருக்கு வேணும்
ஏனையவர்கள்	எனக்கு... எனக்கு....
குரல்-1:	கண்டுபிடி எங்க கண்டுபிடி...

(கொத்துக் கிடைத்தவர்கள் தத்தம் கதைகளை கூறியவாறு மாறி மாறி கொத்துப் போடுகின்றனர்.)

குரல்-2:	என்ர ஊர் சின்ன ஊர்
எல்லாரும்:	என்ர ஊர் சின்ன ஊர்
குரல்-2	பெரியம்மா பெரியப்பாக்களாலும் மாமா, அத்தை, சித்தி, சித்தப்பாக்களாலும்
எல்லோரும்	பெரியம்மா பெரியப்பாக்களாலும் மாமா, அத்தை, சித்தி, சித்தப்பாக்களாலும்
குரல்-3	கிளிமாமா, விஜிமாமி, வடிவு அன்ரி, வனிதா அன்ரி, சொக்கர் அங்கிள்களாலும் நிறைஞ்ச ஊர்.

எல்லோரும்:	கிளிமாமா, விஜிமாமி, வடிவு அன்ரி, வனிதா அன்ரி,
சொக்கர் அங்கிள்களாலும் நிறைஞ்ச ஊர்.

குரல்-4	அம்மம்மா, அம்மப்பாவும், அப்பப்பா,
அப்பம்மாவும் தாத்தா, பாட்டி, ஆச்சிமாரும்
எனக்கிருந்தாங்க.

எல்லாரும்:	அம்மம்மா...

குரல்-5	ஒரு நாள் மீன் விக்கப் போன செல்லம்மாப்
பாட்டியை மணிக் கூட்டுக் கோபுரத்துக் கீழ்
கூராக்கி வீசினாங்க.

குரல்-6	பெரிய மாமாவும் ராஜி அத்தையும்
வெள்ளவத்தயில பெற்றோல் நெருப்பில்
கருகினார்கள்

குரல்-7	பிறகு ரவிச் சித்தப்பா இயக்கத்துக்குப் போனார்.

குரல்-8	வனிதா அன்ரி வேறொரு இயக்கத்துக்குப்
போனார்

குரல்-9	சேகர் சித்தப்பா காணாம போனார்.

குரல்-1	சித்தி சின்னாபின்னமாகிச் செத்துப் போனார். என்ர
ஆசைச் சித்தி.

குரல்-2	சொக்கர் அங்கிள் துரோகியாத் தொங்கினார்.

குரல்-3	பாட்டியை போட்டுத் தள்ளிட்டாங்க.

குரல்-4	நோர்மல் சாவு அப்பப்பாக்கு

குரல்-5	சுவிசில் கிளி மாமி, விஜிமாமியும் மாமாவும் கனடா

குரல்-6	இரண்டு பக்கமும் ஷெல் அடிச்சு பல தலைகள்
சிதறிப் போச்சு

குரல்-7	இப்போ பென்னம் பெரிய உலகத்தில இருக்கிறன்
நான்

குரல்-8	என்னைப் போல நிறைய சிறுவர்களோடு

குரல்-1	எங்களச் சுத்தியும் முள் (சிறுமி வாயைப்
பொத்தியபடி) எங்களச் சுத்தியும் வேலி

கண்டுபிடி எங்க கண்டுபிடி.

எல்லாரும்:   கண்டுபிடி எங்கள கண்டு பிடி(3)*

எல்லாப் பிள்ளைகளும் வேலிக்கூடாக சோகத்துடன் பார்த்தல்

காட்சி-7

மக்கள் சோகத்துடன் உட்காந்திருத்தல் பின்னர் ஒருவர் இன்னொருவரை ஆறுதல் படுத்த தொடராக இணைந்து அடுத்தவரை ஆறுதல் படுத்துகின்றனர்.

குரல்-1   வெந்து அழுதுநோவதனால் என்ன பயன்

குரல்-2   ரணமான காயங்கள் தழும்பாகும். தழும்புகள் அப்பப்போ கசியும்

குரல்-3   பட்டதும் பட்டுக் கொண்டிருப்பதும் நம் சந்ததியும் வாழ்வுமல்லவோ?

குரல்-4   இடிந்து போகாமல் வாழ்வோம்

குரல்-5   மண்ணின் ஈரம் காப்போம்

குரல்-6   மண்ணின் ஈரம் காப்போம்

எல்லாரும்:   மண்ணின் ஈரம் காப்போம் (அனைவரும் ஒன்றாதல்)

காட்சி -8

(பெண்கள் தங்கள் தொழில் பொருட்களை எடுத்துக்கொண்டு வாழ்வு நிலைக்குத் திரும்ப முயற்சித்தல், தொழிலில் ஈடுபடல்) குரல்

(பாடல்)   பண்புல் தென்னை பனை தாழையென
ஏதோ ஒரு ஒலை கொண்டு பாய் தட்டுக் கடகங்களில்
தனது படிமங்களை இட்டு நிரப்பி
இரவுகளை இழைத்துக் கொண்டிருப்போம்.

---

*   ஆழியாள்

எல்லாரும்: பன்புல் தென்னை பனை தாழையென
ஏதோ ஒரு ஓலை கொண்டு பாய் தட்டுக் கடகங்களில்
தனது படிமங்களை இட்டு நிரப்பி
இரவுகளை இழைத்துக் கொண்டிருப்போம்*

(அனைவரும் எழுதல்)

குரல்: (பாடல்) சிரட்டைகளைச் சீவித் துளையிட்டுச் சீரான
காம்புகளில் பொருந்தி – அவற்றால் இருளை அள்ளிக்
கொட்டுவோம்.

எல்லாரும்: சிரட்டைகளைச் சீவித் துளையிட்டுச் சீரான
காம்புகளில் பொருத்தி – அவற்றால் இருளை
அள்ளிக் கொட்டுவோம்.

எல்லாரும் (வசனம்) சிரட்டைகளைச் சீவித் துளையிட்டுச்
சீரான காம்புகளில் பொருத்தி - அவற்றால் இருளை அள்ளிக்
கொட்டுவோம். (எல்லாரும் வட்டமாய் நிற்றல்)

காட்சி - 9

ஏற்பட்ட அநீதிகளால் உருவான கொதி நிலையை
அனைவர் உள்ளங்களில் இருந்தும் அகற்றுதல். *(பாவனை -*
குளிர்த்தி பாடல்)

குரல்: கொதி நிலம் தணிக்க ஊற்றாய் வந்தாள்
நிலமெங்கும் செழிக்க வந்தாள் வந்தாள்

எல்லாரும்: கொதி நிலம் தணிக்க ஊற்றாய் வந்தாள்
நிலமெங்கும் செழிக்க வந்தாள் வந்தாள்

குரல் அகப்பைக் கரண்டியால் இருளை அகற்றி
நிலமெங்கும் ஒளியைத் தந்தாள் தந்தாள்

எல்லாரும் அகப்பைக் கரண்டியால் இருளை அகற்றி
நிலமெங்கும் ஒளியைத் தந்தாள் தந்தாள்

குரல்: நிலமதன் மேனியை அலங்கரித்தாள் பயிர் விளை
பூமியைத் தந்தாள் தந்தாள்

---

* ஃபஹ்ரீமா ஜஹான்

எல்லாரும்: நிலமதன் மேனியை அலங்கரித்தாள் பயிர் விளை
          பூமியைத் தந்தாள் தந்தாள்

குரல்: மீண்டும்

எல்லாரும் பயிர் விளை பூமியைத் தந்தாள் தந்தாள் (4) (குரல்
          உயர்ந்து தணிதல்) (பொருட்களை கீழே வைத்தல்)

குரல்: ஆழி புடை சூழ கொதித்திருக்கும் எம் வயலே
          கருணையைத் தந்திடுவாய்
          நிலமே நீ குளிர்ந் திடுவாய்.

எல்லாரும் கருணையைத் தந்திடுவாய்
          நிலமே நீ குளிர்ந் திடுவாய். (2)

குரல்: வழங்கும் கரங்களை நீ வளர்த்திடுவாய் எம் வயலே
          ஒளியைத் தந்திடுவாய் – நிலமே நீ குளிர்ந்திடுவாய்

எல்லாரும்: ஒளியைத் தந்திடுவாய் – நிலமே நீ குளிர்ந்திடுவாய்

குரல்: துணையாக நீ இருந்து வாழவைப்பாய் எம் வயலே
          பயிர் வளர்ந்து பயன் தரட்டும் ஒளியைத் தந்திடுவாய்

எல்லாரும் பயிர் வளர்ந்து பயன் தரட்டும் ஒளியைத் தந்திடுவாய்
          (4)

(உயர்ந்த குரல்கள் படிப்படியாக தணிதல்)

பெண். இதழ்: 16:1(2011)

(அஸ்வினி காசி தயாரிப்பில் உதவினார்)

6. துயர்மறுப்போம்

சொற்கட்டுடன் நடிகர் அனைவரும் மேடைக்கு வருதல். சொற்கட்டுக்களை பாடியபடி தமிழர் கலைமரபின் ஒரு கலையான கூத்து பாணியில் அளிக்கை செய்தல். அதன் பின்னர் நாடகம் வசனங்களுடன் ஆரம்பித்தல்.

அனைவரும்:   இரத்த ஆறு ஓடிய காலம்

குரல்:   காணாமல் போனவர்களை தேடி 25 ஆண்டுகள்

குரல: இடம் மாறி இடம் மாறி கலைந்த 25 ஆண்டுகள்

குரல்:   கேஸ் போட்டு போராடி நடந்த 25 ஆண்டுகள்

சொற்கட்டு

குரல் :- சூரியா தொடங்கி 25 ஆண்டுகள்

குரல்:- நாடகம் போட்டு கூத்து ஆடிய 25 ஆண்டுகள்

குரல் : - ஆதரவு, அணுசரனை அடைக்கலம், 25 ஆண்டுகள்

குரல்:- தோழமை நெஞ்சங்களோடு உடனிருந்த 25 ஆண்டுகள்.

குளிர்த்தி பாட்டு:

கொதி நிலம் தணிக்க ஊற்றாய் வந்தாள்

நிலமெங்கும் செழிக்க வந்தாள் வந்தாள்

அகப்பை கரண்டியால் இருளை அகற்றி

நிலமெங்கும் ஒளியை தந்தாள் தந்தாள்

நிலமதன் மெனியை அலங்கரித்தாள்

பயிர் விளை பூமியை தந்தாள் தந்தாள்.

கும்மி பாட்டு:

ஆழி புடை சூழ கொதித்திருக்கும் எம் நிலமே

கருணையை தந்திடுவாய் நிலமே நீ குளிர்ந்திடுவாய் - 2

வழங்கும் கரங்களை நீ வளர்த்திடுவாய் எம் நிலமே

ஒளியை தந்திடுவாய் நிலமே நீ குளிர்ந்திடுவாய்

துணையாக நீ இருந்து வாழ வைப்பாய் என் நிலமே

பயிர் வளர்ந்து பயன் தரட்டும் ஒளியை தந்திடுவாய் - 3

கட்டியக்காரி:

மாக்கு மோக்கு தவள கத்துது மழைக்கு தானாக்கும்

வெள்ள கோழி சிறகடிக்குது விடியத்தானாக்கும்

பொருட்கள் எல்லாம் சொல்ல போகுது கதைகள் தானாக்கும்

பறக்கும் பறக்கும் மனச பறக்கும் மகிழ்ச்சி தானாக்கும்.

இனி மகிழ்ச்சி தானாக்கும்.

சபையோருக்கு வணக்கம், இந்த நாடகத்தை பார்க்க வந்த அனைவருக்கும் மனமார்ந்த நன்றிகள். மனிசங்க கத சொன்னா கொஞ்சம் கூட்டி குறைச்சி கத சொல்லுவாங்க. ஆனா எங்க

நாடகத்தில் மனிசங்களோடையே வாழ்ந்துகிட்டிருக்கிற பொருட்கள் கத சொல்லப்போகுது. விளக்கு, மண்வெட்டி, சோட்ஸ், ஸ்கூட்டர் எல்லாம் கத சொல்லுதுகள். 'நாங்க பார்த்தத்தான் சொல்லுவம்' நாங்க பார்த்த மட்டும் தான் சொல்லுவம், குற்றம் குறை இருந்தா மன்னிஞ்சிடுங்க

பிடிச்சிருந்தா கை தட்டுங்க. ஆனா கடைசி வரைக்கும் வெறும்வாய

விளக்கு கதையை கூறுகிறது

குரல்: சிதறி போன சிந்தனைகளை

குரல்: ஒரு முகப்படுத்தும் சிட்டி விளக்கு

குரல்: புகைபிடித்த கண்ணாடிக்குள் அமைதியாய் கண் சிமிட்டும் அரிக்கன் லாம்பு

குரல்: மேசைக்கு அடியில் ஓவியம் வரைய ரகசியமாய் ஒளிதரும் சிமிளிவிளக்கு.

குரல்: கடவுளுக்கும் கருமாதிக்கும் ஒரே போலவே ஒளிதரும் குத்து விளக்கு

குரல்: தலையைச் சுத்தி நேர்த்தி வைச்சா கஸ்டம் எல்லாம் காத்தாய் பறந்து போகும் மெழுகுதிரி

குரல் : சவம் இல்லாத சாவீட்டில் மறைவாய் பட படக்கும் நீத்தாரின் நினைவு விளக்கு

குரல் : மாலையானாலும் முற்றத்து மண்ணுக்குள் புதைத்து வைத்து, மண்ணெண்ணைய் ஊற்றி மக்கள் எல்லாம் கதைத்திருக்க ஒளி கொடுப்பேன்

குரல்: ம் ம் ம் .... இப்போதும் நினைக்கிறேன், மண்ணுக்குள் புதைந்து மண் எண்ணைய் ஊற்றி... (அமைதி) நினைக்கையில் எரிகிறேன் நான்.

குரல் : ஏற்ற முடியாத கார்த்திகைகளின் அலைக்கழித்த அகல் விளக்கு.

அனைவரும்: ஏற்ற முடியாத கார்த்திகைகளின் அலைக்கழித்த அகல் விளக்கு.

சுவர் கதையை சொல்லுகிறது

பாடல் :   விளக்கு மட்டுமா நெருப்பு
சுடும் வெடியும் நெருப்பு
குண்டுகள் துளைத்த சுவர் நான் - சுவர் நான்

கொடிய இரவின் வானாய்
பொத்தல் விழுந்த வாழ்வாய்
குண்டுகள் துளைத்த சுவர் நான் - சுவர் நான்

முறிந்த மரத்தின் துணையாய்
இருந்த வீட்டின் நினைவாய்
குண்டுகள் துளைத்த சுவர் நான் சுவர் நான்

வசனம்:   தொழுகையின் புனிதத் தலத்திலும்
குழந்தைகள் பயிலும் கரும்பலகையிலும்
உயிர்களை பேணும் ஆஸ்பத்திரியிலும்

பாட்டு :   காணும் சுவர்கள் எங்கும்
போரின் தீம்பாதச் சுவடாய்
குண்டுகள் துளைத்த சுவர் நான் - சுவர் நான்

பாட்டு :   காணும் சுவர்கள் எங்கும்
போரின் தீம்பாதச் சுவடாய்
குண்டுகள் துளைத்த சுவர் நான் - சுவர் நான் (2)

வசனம்:   காணா சுவர்களும் உண்டு
காற்றோடு கதைக்க விடாச் சுவர்கள்
யார் யாருக்கு எது எது என விதிக்கும் சுவர் நான்
கலந்து பழகி பகிர்ந்து வாழ மறிக்கும் சுவர்கள்

சோட்ஸ் கதை சொல்லுகிறது

குரல் - நான் முதல் ஜீன்சா தான் இருந்தன். பிறகு சசி கிழிச்சி
சோட்ஸ்சா ஆக்கிட்டா. சசி யாரெண்டு தெரியுமா? இந்த
தோட்ட வேலை செய்யிராவே, அவட மகன் தான் சசி. அவன
விடுங்க அவன் இப்ப வெளிநாட்டுக்காரன்.

எனக்கும் சசிட அம்மாக்கும் பெரிய கத இருக்கு. என்ன என்டு தெரியுமா. சசி அம்மாக்கு மூன்று மகன்மார். அவங்கள் இயக்கம் பிடிச்சித்து கொண்டு போய்த்தாங்க. சசி அம்மா மூன்று மகன்களையும் தேடி தேடி கிடந்த முகாம் எல்லாம் போனாவு. ஒரு நாள் கடசியா மகனைத் தேடி முகாமுக்கு வந்தார். நான் அங்க இருந்த கொடியில இருந்தன். சசி அம்மா அங்க இருந்த காப்பாளனிட்ட சண்ட போட்டாவு. என்ட மகன் இங்க தான் இருக்கான், என்ட மகன தாங்க என்டு கத்திக் கொண்டு கன நேரமா கால் நோகும் வரைக்கும் அதே இடத்தில் நின்டாவு. நான் அவைய கண்டுத்தன். ஆனா அவ என்ன காணவே இல்ல. நான் நிறைய முயற்சி செய்தன் அவகிட்ட போக. ஆனா என்னால முடியல்ல. அப்பத்தான் பெரிய காத்து ஒண்டு வேகமாக அடிச்சிக் கொண்டு என்னையும் கூட்டிக் கொண்டு சசியம்மாட காலுக்கு கிட்ட போட்டு. சசியம்மா என்ன எடுத்துத்து அங்க இருந்தவன் கூட சண்ட போட்டு என்னையும் சசியையும் கூட்டித்து அவ வீட்ட கூட்டித்து பொயித்தா. ஆனா சசி என்னையும் அவன் அம்மாவையும் கண்டுக்கவே இல்ல. அவன் பாட்டுக்கு வெளிநாடு போயித்தான். நான் கனகாலமா அவங்க வீட்டு கொடியில் கிடந்தன்.

சசி அம்மா தோட்டம் செய்வாங்க போல. அடிக்கடி தோட்டப்பக்கம் வருவாவு. ஆனா ஒவ்வொரு நாளும் ரெண்டு சாரியத்தான் மாத்தி மாத்தி கட்டித்து வருவாவு. ஒருநாள் அவட இரண்டு சாரியும் ஊத்தையாகித்து. திடீரெண்டு என்னப் பார்த்த மாதிரி வந்தார். நான் பயந்திட்டன். என்னவோ ஏதோ என்டு நினைச்சி. என்ன எடுத்து உதறிப்போட்டு அவ போட்டார். எனக்கு சரியான வெட்கமா பொய்த்து இளம் பொடியன் போட வேண்டியத இந்த அம்மா போடுறாவே என்டு. எப்பவும் வயல் வேல செய்யும் போதும் என்ன கூட்டித்துத்தான் போவாவு. சசி அம்மாவுக்கு விருதெல்லாம் கிடைச்சிருக்கு. ஏன் தெரியுமா? அவ இயற்கை பசளைகளத்தான் மரக்கறி வகைகளுக்கு அடிக்கிறவ. மாட்டுச்சாணம். வேப்பம் இலை, மாட்டு மூத்திரம், வேப்பங்கொட்ட போன்றவற்றை ஒன்று சேர்த்துத்தான் பசளை தயாரிப்பாவு. இயற்கை பசளை பாவித்ததுக்கு 2002ம் ஆண்டு அவக்கு விருதும் கிடைத்தது. அத நினைச்சித்தான் பெரும படுறன்.

மண்வெட்டி கதையை சொல்லுகிறது

குரல்: இந்த மண்வெட்டி என்னோட கனகாலமா இருக்கு.

குரல்: கையில் அகப்பட்ட பொருளுடன் மண் வெட்டியை எடுத்து செல்லும் புதியதோர் இடம் பெயர் வாழ்வு.

குரல்: யுத்தம் மக்களை துரத்தி துரத்தி விரட்டிய போதும் வாழ்தலுக்கான நம்பிக்கையை இன்னும் இழக்காமல் இடம் பெயர்ந்து புதிய இடத்தில் தோட்டம் செய்து வாழ்வோம் என்று மன உறுதி கொண்ட மக்கள் என நினைத்து பெருமிதம் கொண்ட வேளையில்....

குரல்: ஒரு குழல் ஷெல் தாக்குதலில் உயிர் தப்பி விடுவோம் என்ற இடம் பெயர் வாழ்வு போய் இப்போ பல்குழல் செல் தாக்குதலில் பல பேரில் சில பேர் இறப்பர் என்ற நிச்சயத்தோடு இறப்பவர்களின் பிணத்தை அனாதையாய் விட்டு செல்லாது, பிணத்தை புதைப்பதற்காய் மண் வெட்டியுடன் ஓடுகின்றோம். பினத்தை அனாதையாய் விட்டு செல்லாது பிணத்தை புதைப்பதற்காய் மண்வெட்டியுடன் ஓடுகின்றோம்.*

குரல் : மண்வெட்டிக்கு மரத்தை நாட்டத்தான் விருப்பம், மனிசங்கள் புதைக்க அல்ல.

மரம் தனது கதையை சொல்ல தொடங்குதல்

பாடல்: னன்ன னன்ன னான னன்ன...

பாட்டு: கரும் பழுப்பு பெருத்த வேப்பம்மா**
உங்க முன் வாசல் நிறைச்ச நிழலம்மா
நான் கண்ணீரும் சிரிப்பும் பார்த்தேன்மா
அத மனசெல்லாம் சுமந்து வாரேன்மா

வசனம்: அந்த அம்மா என்னட்டதான் எல்லாத்தையும் சொல்லுவா எத்தனையோ பேருட நோய்க்கு நான்

---

* ஜெயந்தி தளையசிங்கம்

** ப்ரேமா ரேவதி

மருந்தா இருந்திருக்கன் பிள்ளைகள் எல்லாம் என் மேல் ஊஞ்சல் கட்டி விளையாடுவாங்க.

எல்லாரும்: ம் ம் ம் .... அது ஒரு காலம்.

பாட்டு: கரும் பழுப்பு பெருத்த வேப்பம்மா
உங்க முன் வாசல் நிறைச்ச நிழலம்மா
நான் கண்ணீரும் சிரிப்பும் பார்த்தேன்மா
அத மனசெல்லாம் சுமந்து வாரேன்மா

வசனம்: வன்முறைக்கு அப்பாலும் நான் நிற்பேன். ஊழி முறித்தாலும் மிச்சம் இருப்பேன். மனிதர்கள் கொன்றொழிந்து போன பின்பும் மீண்டும் துளிர்த்து நிற்பேன்

அனைவரும்: கால் நூற்றாண்டின் சாட்சி

குரல்: பெண்களின் கனவுகளுக்கு சாட்சி நான்
போராட்டங்களின் பாதையில் துணை நான்
நிராதரவின் போதில் நிழல் நான்
சிதையும் வரலாற்றில் பதிவு நான்
சிறகடிக்கும் யுவதிகளின் கலை நான் – (2)

அனைவரும்: சிறகடிக்கும் யுவதிகளின் கலை நான்

கூரப்பெட்டி கதையை சொல்லுதல்

குரல்: (முதலில் கலியாணத்திற்கு தேவையான பொருட்கள் மாற்றப்படுதல்)

நிறைகுடம்
குத்துவிளக்கு
மாத்துமாலை
மாப்பிள முறுக்கு
கேக் பொட்டி
துதோல் பெட்டி
லட்டு பெட்டி
பலகாரப் பெட்டி

வாழைப்பழப் பெட்டி
பழத்தட்டு
கூரப் பெட்டி

குரல்: கூரப்பெட்டி தூக்கிறவங்க வாங்க.

கூரப்பெட்டி:

'மாப்பிள்ளைக்கு கூடப்பிறந்தவள் நான் மட்டும்தான். கூரப்பெட்டிய நான் தான் தூக்குவேன். வேறு யார் எப்படி வந்து தூக்குவா?' எண்டு கேட்டு பிரேமா என்னை கையிலதூக்குனா

இவ எப்படி வந்து தூக்க முடியும்? புருசன் இல்லாதவள் இவதூக்குனா கலியாணம் விளங்குமா? எண்டு அவ அத்தை கேட்டாங்க.

பிரேமாக்கு வந்திச்சி பாரு கோவம். என்னை அவ அப்படிய இறுக்கி பிடிச்சிகிட்டா. அவ சொன்னா இங்க நிக்கறவங்க எத்தன பேருக்கு பொண்டாட்டி இருக்கு? எண்டு யாராவது கேட்டீங்களா? அப்படியின்னு கேட்டா.

பிரேமாட அப்பா வந்து, என்னம்மா நேரம் காலம் பார்க்காம இப்படி பிரச்சன பன்னிட்டு இருக்கா என்டு கேட்டார். ஆனா பிரேமா ஒன்டும் பேசல்ல. கடசியா என்னப் பெத்த அப்பா மேல ஆணை. நான் கூரப்பெட்டி தூக்க கூடாது என்டா கலியாணத்திற்கு நான் வரமாட்டன் என்டு அழுது சொல்லித்தா. அவங்க அப்பாக்கு மனசே கேட்கல்ல. என் மகள் வராத கலியாணம் என்னத்துக் கெண்டு சொல்லி நீ தூக்கம்மா கூரப்பெட்டிய என்டு சொன்னாங்க.

தூக்கின கையோட இடமும் மனமும் இருக்கிற பாரமும் தான் எனக்கு தெரியும் இதில் விதவ என்ன சுமங்கலி என்டாத்தான் என்ன. பிரமா கூரப் பெட்டிய திறந்து பார்த்தார். அங்க பார்த்தா செருப்பு, கண்ணாடி, பவுடர், கூரசேலை இப்படியான சாமான்.

வசனம்: சடங்கெல்லாம் தேவையா?

காலம் மாறிப் போச்சி

பழங்காலம்

வெட்டி செலவு

வேல இல்லாததுகள்

தள்ளு தள்ளு .

ஸ்கூட்டர் தன் கதையை சொல்லுதல் :

நபர் 1:- காற்றின் அலை வரிசை கேட்கல்லையா.... கேட்கும். என் மேல போனா அவளுக்கு நல்லா கேட்கும். மைனாவுக்கு சிறகு மாதிரி அவளுக்கு நான். அவளுக்கு பிடிச்ச பேர்பிள் கலர் ஸ்கூட்டி. காலேசுக்கு போக, கந்தோருக்கு போக, பீச் ரோட்டில் வேகமா பசங்கள தாண்டி போக, மழையோட சேர்ந்து போக, வெயிலுக்கு எதிரா போக, நினைச்ச இடத்துக்கு நினைச்ச உடனே போக. அவ இஸ்டத்துக்கு எல்லாம் சக்கரம் வைச்ச மாதிரி நான்.

நபர் 2:- ஓயாம கதைச்சிக் கொண்டு தான் ஓட்டுறவ அவ. அவ கதைய பல தடவ கேட்டுத்தன். ஓல் படிக்கக்க சைக்கிள் தான் ஓட்டுனவளாம். முதல்ல இயக்கத்தில இருந்தப்போ செயின் பைக்க என்பது கிலோமீற்றர் ஸ்பீட்டில் ஓட்டுவாளாம். தோளில் துவக்கும் சேட்டும் காற்சட்டையுமா இந்த பகுதியுள்ள சுத்தி வந்த அதே தெருவில், உடைஞ்ச என்ன தட்டி தட்டி ஒட்றா. கச்சான் விக்க, முட்ட விக்க தாண்டியடியில கிளம்பினா அரசடியில விஸ்து கல்லடி கடையில் கச்சான கொடுத்து ஆரையம்பதிக்கு போய் அங்கொரு வீட்டில உடுப்பு கழுவிப்போட்டு இன்னொரு வீட்டில சமச்சி வைச்சிட்டு திரும்ப கல்லடி கடைக்கு வந்து காத்திருந்து காச வாங்கி எனக்கும் கொஞ்சம் பெற்றோல தின்னக் கொடுத்து பழைய கதைய சொல்லிக் கொண்டே தாண்டியடிக்கு வண்டிய விடுவா.

நபர் 3:- அவ கூட ஓடி ஓடி போறத்தால எனக்கு ஏலாம இருக்கு. அவ இது வரைக்கும். 197 கேம்புகளுக்கும் தீவு முழுக்க சுற்றி வந்திருக்கா. சில நேரம் மகனையும் கூட்டி வருவா. பல பேர் என்ன கண்ட மாதிரி தப்பா பாக்கிறாங்க. இவ படுற பாட்ட பைக் என்னாலயே தாங்க முடியல. எங்க ஊர் சுத்திட்டு வாறா? யார் வேண்டித் தந்த பைக்? இப்படி வாய்க்கு வந்த மாதிரி பேசிறவங்கட்ட சத்தமா சொல்லுவா. என்ட புருசன தேடிப் போறன். உண்மைய தேடிப் போறன் என்டு சொல்லுவா. ஆனாலும் சில நேரங்களில் அவள் கண்ணீர் என் மேல் விழுந்துக்கிட்டுத்தான் இருக்கு.

கொடிக்கயிறு தன் கதையை சொல்லுதல்

குரல்: நான் மூலையில் ஒளிந்திருந்த கொடிக்கயிறு – 5

அனைவரும்: நான் மூலையில் ஒளிந்திருந்த கொடிக்கயிறு

அனைவரும்: சமுதாயத்தின் நிசப்தமோ பயங்கர இரைச்சலாய் என் நிம்மதியை கெடுக்கிறது – (3)*

குரல்: உங்கள் முன்னுக்கு வந்துள்ளேன்

குரல்: ஈரத்தை உலர்த்த அல்ல

குரல்: காயங்களை காய வைக்க

அனைவரும்: நான் மூலையில் ஒளிந்திருந்த கொடிக்கயிறு

அனைவரும்: உங்கள் முன்னுக்கு வந்துள்ளேன்

அனைவரும்: ஈரத்தை உலர்த்த அல்ல

அனைவரும்: காயங்களை காய வைக்க

கிழிக்கப்பட்ட பள்ளிப் பிள்ளையின் சீருடை
சின்னஞ்சிறு சிறுமியின் பூப்போட்ட நிக்கர்
உழைத்து தேய்ந்த புடவையின் துண்டுகள்
அலறல்களை அடைத்திருந்த எச்சில் துணிப்
பொதிகள்

---

* விஜயலட்சுமி சேகர்

எரிந்த பின்னும் மிச்சமிருக்கும் அவளுக்கு பிடித்த
நீலக்கலர் டாப்

நயமாக பேசி கலியாணம் கட்டி கூட்டாக கொலை
செய்த காக்காச்சி வெட்டை உடுப்புகள்

பிழைக்க போராடும் முன்னாள் போராளியின்
காச்சட்டை என் மேல் செத்த, காணாமல் உள்ள, கடல்
கடந்து போன கணவர்களுக்காய் கண்ணீர் படிந்த
தனித்த பெண்களின் உடுப்புகள்

(கோபத்துடன் வசனங்களை மீண்டும் சொல்லுதல்)

கிழிக்கப்பட்ட பள்ளிப் பிள்ளையின் சீருடை

சின்னஞ்சிறு சிறுமியின் பூப்போட்ட நிக்கர்

உழைத்து தேய்ந்த புடவையின் துண்டுகள்

அலறல்களை   அடைத்திருந்த   எச்சில்
துணிப்பொதிகள்

எரிந்த பின்னும் மிச்சமிருக்கும் அவளுக்கு பிடித்த
நீலக்கலர் டாப்

நயமாக பேசி கலியாணம் கட்டி கூட்டாக கொலை
செய்த காக்காச்சி வெட்டை உடுப்புகள்

பிழைக்க போராடும் முன்னாள் போராளியின்
காச்சட்டை

குரல்:   என் மேல் துணிபோட்ட சகோதரிகளின் உறுதி மொழி.

குரல் :   என்னை மீறிய எந்தக் குறியும்

குரல் :   எனது உடலை தீண்டாதவாறு

குரல்:   அக்கினி குஞ்சாய் உயிர்த்தெழுவோம்

அனைவரும்:   அக்கினி குஞ்சாய் உயிர்தெழுவோம்.*

---

*   ஒளவை

பாடல்:

விண்ணை வலம் வந்து - 2
விண் மீன்களை முத்தமிட்டு - 2
சந்திரனை பாடி - 2
மரத்தில் இளைப்பாறி - 2
மலர்களை தழுவி நான் - 2
சதுராடி சுழல் வேன் நான் - 2
விண்ணை வலம் வந்து
விண் மீனை முத்தமிட்டு
சந்திரனை பாடி
மரத்தில் இழைப்பாறி
மலர்களை தழுவி நான் - 2
சதுராடி சுழல்வேன் நான் - 4
துயர் மறுப்பேன்**
துயர் மறுப்போம்

தேங்காய் துருவி கதை கூறுகிறது:

பாடல்:

மாக்கு மோக்கு தவள கத்துது மழைக்கும் தானாக்கும்
வெள்ள கோழி சிறகடிக்குது விடியத்தானாக்கும்

குரல்:   எவ்வளவோ கதைகளுக்கு மத்தியில ஓயாம வேல
செய்யிற ஒரு பொருள் இருக்கு அது என்ன எண்டு தெரியுமா?
அது என்ன எண்டு தெரியுமா?

என்ன அது

என்ன எண்டு தெரியுமா?

கதையாம் கதையாம் காரணமாம்
காரண சட்டிக்குள் பூரணமாம்
பூரணம் வீட்டு துருவி நான்
அவ பாட்டியின் பரம்பரை சொத்து நான்.

பூரணம் போனாள் வீட்டை விட்டு - அவ
கூடவே போனன் நானும் தான்
ஊரெல்லாம் முளைத்த முகாமிற்குள்
தனித்து சிரிக்கும் சீவன் நான்
என் கரகரப்பு என் சிரிப்பு
என் கரகரப்பு என் சிரிப்பு

பிழிய பிழிய பாலாவேன்
பிட்டுக்கு நானும் சொதியாவேன்
தோசைக்கு நானும் சம்பலாவேன்
தண்ணீ சோத்துக்கு நானும் பூவாவேன்
பூ பூக்க மண்ணில்ல பூவூக்கு இப்போ பொண்ணில்ல
இல்ல இல்ல நிறைய இல்ல
ஆனா இருக்கு இன்னும் கொஞ்சம்

கனவுகள் இருக்கு உள்ளூரம் இருக்கு
உறவும் இருக்கு நேசமும் இருக்கு
பகிர்ந்து கொள்ள மனசிருக்கு
பகிர்ந்து கொள்ள மனசிருக்கு - இப்போ
பகிர்ந்து கொள்ள பழமிருக்கு
சக்கரை போட்ட அவலிருக்கு
சக்கரை போட்ட அவலிருக்கு.

அனைவரும்:
கனவுகள் இருக்கு உள்ளூரம் இருக்கு
உறவும் இருக்கு நேசமும் இருக்கு
பகிர்ந்து கொள்ள மனசிருக்கு
பகிர்ந்து கொள்ள அவலிருக்கு

(2016 இல் உருவாக்கப்பட்ட நாடகம். மார்ச் 2017 இல் அரங்கேறியது. அஸ்வினி காசி, ப்ரேமா ரேவதி ஆகியோர் தயாரிப்பில் உதவினள்)

பின்னிணைப்பு

1. அரங்கம் - கொதிநிலம் தணிக்கும் ஊற்று

செவ்வியல் நாடக முன்னோடியாகக் கருதப்படும் கிரேக்க நாடகம் தொட்டு போரும் அரங்கமும் பின்னிப் பிணைந்தே வந்துள்ளது எனலாம். ட்ராய் பெண்கள் விதியினைத் தொட்டு, யுரிபிடி போருக்கு ஒரு பிரதி எழுதினார் எனக் கொள்ளலாம். ஹெகூபாவின் குழந்தைகள் மரணம், பெண்கள் போர்க் கைதிகளாகவும், பாலியல் அடிமைகளாகவும் இழுத்துச் செல்லப் பட்டது, பாலிக்சீனா பலி கொடுக்கப்பட்டது, கசாண்ட்ரா அகமெம்னானின் படுக்கையறைப் பாவையாக்கப்பட்டது என எல்லாமே இன்று வரை தொடரும் போர்க் கால நிகழ்வுகளாகி விட்டன. "நெருக்கடிக் காலத்தில், அதனைப் பற்றிய பாடல் வரும்" என ப்ரெக்ட் குறிப்பிட்டது போல் எழுந்த அரங்க அளிக்கைகளே சூரியா கலாசார செயல்பாடுகள் எனக்கருதுகிறேன்.

1998 தொடங்கி சூரியாவுடன் எனது தொடர்பு விட்டுவிட்டு தொடர்ந்துள்ளது. அவற்றைத் தொகுத்துப் பார்க்கும் வாய்ப்பாகவே இக்கட்டுரை அமைகிறது. சித்ரலேகா என்னை சூரியாவுடன் இணைந்து சில அளிக்கைகளை உருவாக்க அழைத்தபோது என் இடது மேற்கை எலும்பு உடைந்து மாவுக் கட்டு போட்ட நிலையிலிருந்தது. அதனுடனே இலங்கை சென்றேன். அந்த ஒரு வாரமும் எனக்குத் தலை சீவி விடுவது தொட்டு என்னைக் கவனித்துக் கொண்டவர்கள் கலைக்குழு உறுப்பினர்கள். அதே போல், 1999 இல் ஒளவை நாடகக் குழு சென்ற வண்டி விபத்துக்குள்ளாகி நான் நொந்து இருந்த நிலையில், திருகோணமலையில் நடந்த மாநாட்டில், மிகுந்த சிரமத்துக்கு மத்தியில் "மட்டுநகர் கண்ணகைகள்" ஆற்றுகையை

நிகழ்த்தியது இன்னும் பசுமையாக இருக்கிறது. உடல், உளரீதியாக சிரமப்பட்டுக் கொண்டிருந்த ஜீவா அன்று மேடையில் தோன்றிய விதம்போல் இன்று வரை நான் காணவில்லை. எனது அரங்கப் பயணத்தில் முக்கிய சக பயணிகள் சூரியா கலாச்சாரக் குழுவினர்.

பாரமுறி விளையாட்டு, மட்டுநகர் கண்ணகைகள், நிசெப்த இரைச்சல், ஒரு பிடி அன்பு, காவலம்மா ஆகிய அரங்க உருவாக்கங்களில் ஊடாடும் சில சரடுகளை இணைத்துப் பார்ப்பதே இக்கட்டுரையின் பணி. பட்டறை உருவாக்கம், பகிர்தல், அரங்கப் பொருட்கள் உருவாக்கம் ஆகிய அனைத்து அம்சங்களும் குழுவாகவே செய்யப்பட்டன. ஒவ்வொரு முறையும் ஒரு கோட்டுரு உருவான பின்பு அழைப்பு விருந்தினர் முன்னிலையில் செய்து காட்டி, விமர்சனங்கள், விவாதங்கள் இடம் பெற்றன. அவை நிதானமாக நடக்காத போதும், கடுமையான கருத்து மோதல்கள் வந்தபோதும் அவற்றை நாங்கள் நிறுத்தவில்லை. வடிவ ரீதியாக மக்கள் மத்தியில் புழங்கும் விளையாட்டுகள், சடங்குகள், இசைக் கூறுகள் ஆகியவை அடிப்படைகளாயின. அவற்றோடு சமகாலக் கவிதைகள் பாடுபொருளைச் செம்மையாக வெளிப்படுத்த உதவின. முத்தாய்ப்பாக, சூரியா குழு 2013 ஆம் ஆண்டில், தமிழகத்தில், புரிசைக் கிராமத்தில் தங்கிப் "பெண்ணலை" என்ற கூத்தினைக் கற்றனர். புரிசை சம்பந்தத் தம்பிரான் செய்த முற்றும் பெண்களால் செய்யப்பட்ட நிகழ்வு இதுவே. இம்முயற்சிகளில், ப்ரேமா ரேவதி மற்றும் ஸ்ரீஜித் புரிசையிலும் உடன் இருந்தனர். விஜயலட்சுமியின் உடனிருப்பும், இலங்கேஸ்வரியின் ஒழுங்கமைப்பும் பலமாக அமைந்தன. இவர்கள் இல்லாவிடில் இது சாத்தியமாகியிருக்காது. அனைத்தையும் விட, பல்வேறு மாறுபட்ட கருத்துக்களுக்கு இடையில், சித்ரலேகா என் மீது கொண்ட நம்பிக்கை மட்டும் மாறாமல் இருந்தது எனக்குக் கிடைத்த பேறு.

பங்கேற்பாளர்களின் அனுபவங்கள், மன நிலைக்கேற்பத் தொடங்கி, அவற்றின் தொகுப்பிற்கு ஒரு வடிவம் கொடுத்தல் இப்பயிற்சியின் முக்கிய பணியாக இருந்தது. இப்பகிர்தல் சமகால நெருக்கடிகளைப் பால்நிலைப் புரிதலோடு உரையாடலை

மேற்கொள்வதாக இருந்தது, அளிக்கை முறையில் எளிமையான, எதார்த்தப் பாணியை மறுதலிக்கும் அதேசமயம், இருண்மை யான காட்சிப்படுத்தல் அற்ற முறை மேற்கொள்ள முயற்சிக்கப் பட்டது. அரங்க. அளிக்கை பார்வையாளர்களின் அனுபவத்தால் நிறைவு பெறுகிறது என்பதைக் கணக்கில் கொண்டே இவை நிகழ்த்தப்பட்டன. முதல்கட்ட கலைக்குழுவிற்குப் பின் வந்த குழுவினர் பட்டறையில் பங்கேற்றவர்கள். அவர்களோடு, பணியாற்றும் பொய்ப்பு 2002 இல் மீண்டும் கிடைத்தது. 2009க்குப்பின் இப்பயிற்சியை பொன்னி மேற்கொண்டார்.

"ஒரு பிடி அன்பு" முதல் மேடையேற்றத்தின் போது, இறுதிக் காட்சியில் பார்வையாளர்கள் மஞ்சள் நீர் தொட்டுத் துணியில் விரல் பதிக்குமாறு திட்டமிடப்பட்டிருந்தது. கருத்துப் பகிர்தலின் போது, அரங்கில், பின் வரிசையில் இருந்ததால், மஞ்சள் நீர் கிடைக்கவில்லை எனக் குறிப்பிட்டு, கேட்டு வாங்கித் தன் விரல் அடையாளம் பதித்த அனுபவம் பெரும் பாடம். அதேபோல், காணாமல் போனோர் குறித்த நாடகமான மட்டுநகர் கண்ணகைகள் நாடகத்தில் வரும் ஒப்பாரிப் பாடல்களைப் பாடுவதில் காலஞர்களுக்கு இருந்த மனத்தயக்கம், எனக்குப் புதியதொரு பாடமாக அமைந்தது. கிட்டத்தட்ட மரத்துப் போன மனநிலையில், சூழலைக் காண வேண்டிய நெருக்கடியில் தலை நீட்டும் உணர்வுகளின் வீரியம் குறித்துப் புரிய முடிந்தது.

அரங்க அளிக்கைகளாக மட்டும் நிற்காமல், சூரியா தனது செயல்வாதத்தின் வெளிப்பாடாக, பண்பாட்டு நிகழ்வுகளை மேற்கொண்டது. பெண்கள் தினத்தை ஒட்டி படகு விடும் போட்டி, உணவு விழா, பொது இடத்தில் காணாமல் போனோரின் உடைமைகளைக் காட்சிப்படுத்தல் எனப் பலவகைகளில் தனது பண்பாட்டுச் செயல்பாடுகளைத் தொடர்ந்தது. பாடலும் இசையும் கவிதையும் நாங்கள் இன்னும் இழக்கவில்லை எனப் பறை சாற்றும் நிகழ்வுகளாக இவை திகழ்ந்தன.

குழந்தைமை இழக்கும் தலைமுறை குறித்த சித்திரிப்பு இவற்றுக்கூடாக மேலெழும்பியுள்ளதாக இன்று இவற்றை இணைத்துப் பார்க்கையில் தோன்றுகிறது. பாரமுறி விளையாட்டுத் தொடங்கி, ஒரு பிடி அன்பு நாடகத்தில் "யார்

சங்கு? அம்மா சங்கு" விளையாடிக் கொண்டிருக்கும் சிறுவர்-சிறுமியர் வானில் வரும் பிளேனில் இருந்து விழும், வெடி உள்ளே விழுமா, வெளியே விழுமா எனப் பந்தயம் கட்டுவதாகத் தொடர்ந்தது. காவலம்மா நாடகம், ஆழியாளின் கவிதையை முன் வைத்து முள்வேலி முகாமிற்குள் உள்ள குழந்தை தன் போல் உள்ள சிறுவர்-சிறுமியர் மத்தியில் "கண்டுபிடி" விளையாட்டு காட்டுவதில் முடிந்தது. ஒருசேரப்பார்க்கையில் சிவரமணி குறிப்பிடும், விளையாட்டை மறந்து "பெரியவர்" ஆகிப் போன குழந்தைகள் முக்கிய பொருண்மையாக இருப்பது தோற்றுகிறது.

குளிர்த்திச் சடங்கை நாடகமாக்கும் முயற்சியில் "மட்டுநகர் கண்ணகைகள்" நிகழ்வின் தயாரிப்பின் போது தில்லை தன் தந்தையின் அனுபவத்தை எங்களோடு பகிரும் முயற்சியில் ஒவ்வொரு முறை கைச்சிலம்பு பாடலோடு ஒலித்த போதும் கைகால் இழுத்து மயங்கி விழுந்தது மறக்க முடியாமல் கூடவே வருகிறது. சடங்கு சார்ந்த வெளிப்பாடுகளை நாடகமாக்கும் போது நம்பிக்கை சார்ந்த மனதில் நிகழக்கூடிய ஆற்றாமைகளும், வெடிப்புகளும் எனக்குப் புதியவையாக இருந்தன.

அதே போல் அந்த நாடகத்தில் இடம் பெற்ற ஒப்பாரிப் பாடல்கள் கிளர்த்திய உணர்வுகளும் எதிர்வினைகளும் நான் எதிர்பாராதவை. சாவும் மரணமும் மனித இனத்தின் துன்பியல் இருப்பின் பகுதியாகவும் மனிதம் சாகாமல் இருப்பதன் வெளிப்பாடாகவும் ஒரே நேரத்தில் இருப்பதைக் காட்டுவதாக ஒப்பாரி இருக்கிறது. ஒப்பாரி வைக்கும் குரலற்ற கிராமத்தை வில்வரத்தினத்தின் காற்று பேசுகிறது. காணாமல் போனோருக்காகக் காத்திருக்கும் கொடுமை பேசும் இந்த நாடகம், பங்கேற்போர் பலரைப் பித்துக் கொள்ள வைத்தது. ஒவ்வொருவர் வீட்டிலும் உள்ளகதையானதால், தங்கள் ஊருக்கு அருகே இதனை நிகழ்த்தினால், தன்னால் நடிக்க இயலுமா என்ற அச்சத்தை வெளிப்படுத்தியோர்முன் பதிலிறுக்க வழியற்று நான் வாயடைத்து நின்றேன்.

ஈழக்கவிதைகள் சமகால ஆவணங்களாக வரலாற்றைப் பதிவு செய்த காலம் இது. அவை ஈழ அரங்க வரலாற்றில் கவிதா நிகழ்வுகளாக எண்பதுகளிலேயே இடம் பெற்றவை. கவிதைகளை அரங்க அளிக்கைகளின் முக்கிய பகுதியாகக் கருதும் தன்மை

நிசப்த இரைச்சல் அளிக்கையில் இருந்தே காணக்கூடியதாக உள்ளது. 1998 பயிற்சியில் பங்கெடுக்க முடியாமல் இருந்த விஜியின் கவிதை இந்த நிகழ்வின் பாடுபொருளாயிற்று. இன்று வரை பெண்ணிய அளிக்கைகளின் முக்கிய சிக்கலாக இருந்து வரும் பாலியல் வன்முறையை எவ்வாறு மேடையில் காட்டுவது. பார்வையாளர்களுக்கு எவ்விதக் கிலேசங்களும் கிளர்த்தாமல் சித்தரிப்பது எப்படி என்பதை இந்த நாடகமும் எதிர்கொண்டது. வெவ்வேறு விதமான பாலியல் வன்கொடுமைகளைக் கூற்று வடிவில் இது பதிவு செய்தது. வயதில் மூத்த தோழி ஒருவர் தான் சாட்சியமாக நடந்த கூட்டுப் பாலியல் வன்கொடுமையைக் கூறினார். அதன் இறுதியில் அப்பெண்ணின் கணவன் கையறு நிலையில் இருந்த பின், மனைவியை "அவவை அள்ளி சைக்கிளிலை வைச்சுக் கொண்டு போரான்" என முடிக்கும் போது தொடரும் வாழ்வின் பாரம் மொத்தமும் நம்மைத் தாக்கியது. அதேபோல், அச்சமயம் சிறுமி ஒருத்தி அவள் தந்தையால் பாலியல் ரீதியாக அனுபவிக்கும் கொடுமைக்கு எதிராக சூர்யா மேற்கொண்டிருந்த வழக்கைப் பற்றியது. ஜெயந்தி அந்த நிகழ்வைச் சொல்வாள். முகத்தில் ஒரு சுருக்கம் கூட இல்லாமல், நிறுத்தி நிறுத்தி அக் குழந்தையின் வெகுளித்தனத்தையும் இயலாமையையும் வெளிப்படுத்தினாள்.

> "மூத்திரக் குழாய் தொங்கும்
> யாரும் என் அருகில் வந்தால்
> என் முடி முட்கம்பி
> என் கண் நெருப்பு
> என் வாய் வெட்டருவாள்
> வெட்டி/ வெட்டி/வெட்டி"

என்று போகும் அக்கவிதை அளவுக்கு வீரியமாகப் பாலியல் வன்கொடுமையை நேரடியாகப் பேசும் நிகழ்வை நான் செய்ததில்லை.

இந்த அனுபவம்தான், ஒரு பிடி அன்பு, காவலம்மா அளிக்கைகளில் கூடுதலாகக் கவிதைகளைக் கொண்டுவர உத்வேகம் அளித்தது. ஒரு பிடி அன்பு இருப்பிடம் விட்டுச் செல்லும் மக்களைப் பற்றியது. சங்க காலம் தொட்டுப் பாரி

மகளிர் துரத்தப்படும் நிலைமையை இணைத்து நாடகமாக்கப் பட்டது. கவிஞர் இன்குலாப் எழுதிய குறிஞ்சிப்பாட்டு நாடகத்தின் தொடக்க வடிவம் இந்த நாடகத்தில் இருப்பதைக் காணலாம். பின்னர் மரப்பாச்சிக் குழு மூலம் இன்குலாபின் **குறிஞ்சிப் பாட்டு** தமிழ்நாட்டில் 2006இல் மேடை யேறியது. இந்த நாடகம் பேசிய "அன்பு செய்வீர்" என்ற கவிஞர் வில்வரத்தினத்தின் அறைகூவல் **காவலம்மா**விலும் தொடர்ந்தது. பஹீமா ஜஹானின் "அகப்பை கொண்டு இருளை நீக்கி/கிடுகு கொண்டு நிலம் குளிர்த்தி" மண்ணின் ஈரம் காப்பதற்கான தேவை இன்றும் தொடர்கின்றது.

சூரியா பெண்கள் கலாச்சாரக் குழுவின் ஒவ்வொரு உறுப்பினரும் என் வாழ்வோடு பிணைந்தவர்கள். அவர்களோடு பலமுறை மோதியுள்ளேன் ஆத்திரப்பட்டுள்ளேன். கட்டிப் பிடித்துக் கொஞ்சியுள்ளேன். அடக்கமாட்டாமல் அழுதுள்ளேன். எந்தவித பகட்டும் இல்லாமல், தொடர்ந்து இருத்தலின் பொருளைக் கற்றுத் தருபவர்களாக அவர்கள் இருக்கிறார்கள்.

- **அ. மங்கை**
(கூற்று, 2017: 61-64)

2. எமது கலாசாரக்குழுவின் பயணம்

1991 ஆம் ஆண்டு இடம்பெயர்ந்த மக்களுடன் கொழும்பு முகாம்களில் சூரியா பல பணிகளை ஆற்றிக்கொண்டிருந்தது.

தமது சொந்த இடங்களிலிருந்து வெளியேறி மன அழுத்தத்துடனும் நெருக்கடிகளுடனும் பல சவால்களுக்கு மத்தியில் மக்கள் வாழ்ந்து கொண்டிருந்தனர். இது மாத்திரமன்றி வடக்கிலிருந்து தமிழீழ விடுதலைப்புலிகள் அமைப்பினால் பலவந்தமாக வெளியேற்றப்பட்ட முஸ்லிம் மக்களும் இந்த முகாம்களில் வசித்தார்கள். தமிழ், முஸ்லிம் மக்களிடையே உறவு குலைந்தும் நம்பிக்கையின்மை, கசப்பு ஆகியவையும் நிலவின. இத்தகைய சூழலில் முகாம் மக்களுக்கிடையில் ஒன்றுகூடல் நிகழ்ச்சிகளை சூரியா முன்னெடுத்திருந்தது. இந்நிகழ்வுகளை, கலை நிகழ்ச்சிகளை நடத்துவதன் மூலம் மேற்கொண்டது. குறிப்பாக வருட இறுதிப்பகுதியில் முகாம்களில் வசித்த தமிழ், முஸ்லிம் பெண்களையும் சிறுவர்களையும் இணைத்துக் கலை நிகழ்ச்சிகள் நடத்தப்பட்டன. சிறுவர்களது நடனம், பாடல் நிகழ்ச்சிகளும் பாலர் பாடசாலைப் பிள்ளைகள் உட்பட முகாம்களிலிருந்த பெண்களின் நாடகங்கள், கவிதா நிகழ்வுகள், வில்லுப்பாட்டுகள் முதலியவையும் இடம் பெற்றன.

தமிழ், முஸ்லிம் இனத்தவர்கள் ஒன்றாக இணைந்து பொதுக் கலைநிகழ்ச்சிகளில் பங்கு கொண்டமை ஒரு சிறப்பான அனுபவமாகும். குறிப்பாக முகாம்களில் வாழ்ந்த முஸ்லிம் மக்கள் தாம் பலவந்தமாக வெளியேற்றப்பட்ட அதிர்ச்சியால் பாதிக்கப்பட்டிருந்தனர். பாரிய தாக்கத்திற்குட்பட்டிருந்தனர். ஒன்றுகூடல்களாலும் கலைநிகழ்ச்சிகளாலும் இவர்கள் ஒன்றிணைந்ததுடன் அறிமுகங்களை ஏற்படுத்தவும் உறவுகளை வளர்த்துக் கொள்ளவும் பொருத்தமான சூழல் ஏற்பட்டது.

மக்களது மனங்களை ஆற்றுப்படுத்தவும் முகாம் வாழ்க்கை பற்றிய சூழ்நிலைகளை வெளிப்படுத்தி ஒருவர் மற்றவருக்கு ஆறுதல் அளித்து வாழ்க்கையின் அடுத்த கட்ட நகர்வு பற்றிய நம்பிக்கையை வளர்ப்பதற்கும் இக்கலாசார நிகழ்வுகள் வழி சமைத்தன.

கலைச்செயற்பாடுகள் இவற்றில் பங்குபற்றிய பெண்கள் மத்தியில் மன எழுச்சியையும் உற்சாகத்தையும் தூண்டியிருந்தன. தங்களால் கலைப்படைப்புகளை உருவாக்கி அளிக்கை செய்யும் ஆளுமையை அடையாளம் காணும் ஒரு சூழல் அவர்களுக்கு ஏற்பட்டது.

இத்தகைய அனுபவத்தினாலும் சூழலினாலும் பெண்களுக்கான ஒரு கலைச்சூழலை அமைப்பது பற்றிய சிந்தனை உருவாகியது. சூரியாவின் அலுவலர்களும் நிர்வாகக் குழுவினரும் இதனை வரவேற்றனர். முகாம் பெண்களுடன் இது தொடர்பாக உரையாடல்கள் நிகழ்ந்தன.

இக்காலகட்டத்தில் 1993 மத்திய பகுதியில் கொழும்பு முகாம்களை மூட அரசாங்கம் முடிவெடுத்தது. இதனால் கலைக்குழு அமைக்கும் முயற்சி தடைப்பட்டது.

மட்டக்களப்பில் 1993 இன் பின்பாதியிலிருந்து சூரியா பணியாற்றத் தொடங்கியது. சூரியாவின் நீண்ட கால நோக்கங்களாக பெண்களுக்கு வலுவூட்டி அவர்களது ஆளுமைகளைக் கட்டியெழுப்புதல், அவர்களிடையே தலைமைத்துவத்தை உருவாக்குதல், பெண்கள் உரிமைகள், அபிவிருத்தி வேலைகள் தொடர்பாகச் செயற்படுவதற்காகத் தொடர்புகளையும், கூட்டமைப்பு வேலைகளையும் மேற்கொள்ளல் முதலியவை அமைந்திருந்தன. ஆகவே மட்டக்களப்பில் சூரியா பணியாற்றத் தொடங்கிய போது மேற்கூறிய இலக்குகளை அடைவதற்கு, பல நிகழ்ச்சித் திட்டங்களை வடிவமைத்துக் கொண்டது. அத்தகைய திட்டங்களில் ஒன்றாகக் கலாசாரக்குழு அமைப்பதும் அதன் மூலம் கலைநிகழ்ச்சிகளை அளிப்பதுமாகிய பணி தொடரப்பட்டது. கலாசாரக்குழு அமைக்கு முன்பு 1995 ஆம் ஆண்டு சர்வதேசப் பெண்கள் தின விழாவுக்காக கலைநிகழ்ச்சி

ஒன்றையும் நிகழ்த்த எண்ணினோம். இதற்காக மட்டக்களப்பு நகரப் பாடசாலை ஒன்றின் ஆசிரியரும் நாடக ஆர்வலருமாகிய வெ.தவராஜா "மங்கையராகப் பிறப்பதற்கே" எனும் நாடகத்தை எழுதி நெறிப்படுத்தியிருந்தார். பெண்ணின் உரிமையை நிராகரித்து துன்பப்படுத்துவது பற்றிய நாடகம். திரு. தவராஜாவுடன் கலாசாரக்குழு அமைக்கும் திட்டம் கலந்துரையாடப்பட்டது. குழுவிற்கு அங்கத்தவர்களை சேர்த்து ஆறுமாதங்கள் தொடர் நாடகப்பயிற்சிப்பட்டறை நடத்த ஆலோசிக்கப்பட்டது. தவராஜாவே பயிற்சியை நடத்துவதற்கு ஒப்புக் கொண்டிருந்தார். எனினும் அவரது வேலை மாற்றத்தினால் அவரால் செய்ய முடியவில்லை. பின்னர் கிழக்குப் பல்கலைக்கழக விரிவுரையாளர் திரு எஸ்.ஜெயசங்கர் பொறுப்பை ஏற்றுக் கொண்டார்.

நாடகப் பயிற்சிப் பட்டறை பற்றிய தகவல் பல சமூக நிறுவனங்களுக்கும் அனுப்பப்பட்டு ஆர்வமுடையோரிடமிருந்து விண்ணப்பங்கள் பெறப்பட்டன. நேர்முகப்பரீட்சை ஒன்று சூரியா அலுவலகத்தில் நடைபெற்றது. ஆண்களும் பெண்களுமாக 20 பேர் தெரிவு செய்யப்பட்டனர்.

பெண்கள் சமூகத்தில் எதிர்கொள்ளும் ஒடுக்குமுறை, பெண்களது உரிமைகள் பற்றிய விழிப்புணர்வு, பெண்நிலைக்கருத்துக்கள் முதலியவற்றை வெளிப்படுத்தி சமூக மாற்றத்தை ஏற்படுத்தும் வகையிலான அரங்கச் செயற்பாடுகளை சூரியாவின் கலாசாரக்குழு மேற்கொண்டது. அழுத்தங்களும் போர்க்காலச் சுமைகளும் ஒன்றாகப் பெண்களைப் பாதித்த இக்கால கட்டத்தில் சூரியா கலாசாரக் குழு செயற்படத் தொடங்கியது.

எமது முதல் செயற்பாடாக 25 நாள் பயிற்சிப்பட்டறை அமைந்தது. எமது ஆளுமைகளை வளர்ப்பதாகவும் திறன்களை விருத்தி செய்வதாகவும் இவை அமைந்தன. முக்கியமாக நாடகப் பிரதி எழுதுதல், நடிப்பு நுட்பங்கள், அடிப்படை அரங்க அம்சங்கள் முதலியவற்றில் பயிற்சி கிடைத்தது. அத்துடன் பாட்டுக் கட்டுதல், கவிதை எழுதுதல், சுவரொட்டி தயாரிப்பு என்பவற்றிலும் பயிற்சிகள் வழங்கப்பட்டன. இதனால் பெண்களது பிரச்சனைகளைப் பல்வேறு வடிவங்களின் ஊடாக

வெளிப்படுத்தும் ஆற்றலைப் பெற முடிந்தது. நாடகத்தைப் பொறுத்தவரை மேடை நாடகம். வீதி நாடகம், கண்ணுக்குப்புலனாகா அரங்கு என மூன்று வகையான வடிவங்களை கலாசாரக்குழு கையாளக்கூடியதாயிருந்தது. இத்துடன் பெண்ணியப் புரிதலையும் விழிப்பையும் ஏற்படுத்தும் உரையாடல்களும் இடம் பெற்றன.

பயற்சியின் போது எமது குழு வட்டமாக அமர்ந்திருந்து அவரவர் கிராமங்களில் இடம் பெற்ற பெண்களின் பிரச்சனைகளைக் கூறுவர். இவைபற்றிய குழுவினரின் விளக்கங்களை இணைத்துத் தொகுத்து நெறிப்படுத்துவது ஜெயசங்கரின் முறையாகவிருந்தது. குழுவிலிருந்து ஆண்கள் பெண்கள் அனைவரது அனுபவங்களும் கருத்துகளும் ஒரு பூமாலைபோல் இணைக்கப்பட்டன. கூடியவரை எல்லாக் கருத்துகளும் வெளிப்படும் வகையில் அவற்றை ஒன்றிணைத்து நாடக உருவம் கொள்ளும் முறை, பயிற்சியில் பங்கு கொண்டவர்களுக்கு சிறப்பு அனுபவமாக அமைந்தது. பெண்களின் அனுபவங்கள், உணர்வுகள் கருத்துகள் ஆகியவற்றைப் பெண்களின் குரலில் கூறும் திறன் வளர்க்கப்பட்டது.

தனி ஒருவரால் எழுதப்பட்ட நாடகத்தின் வசனங்களைப் பாடமாக்கி நடிப்பது வழமை. இதற்கு மாறாகக் குழுவாக இணைந்து நாடகங்களை உருவாக்கும் மாற்றுமுறையை சூரியா கலாசாரக்குழு பெற்றது. இத்தகைய அணுகுமுறை பெண்ணிய அரங்க அளிக்கைகளுக்குச் சிறப்பாகப் பொருத்தமானது. ஏனெனில் எமது கருத்து, எமது உரிமை, எமது ஆக்கம் என்ற நேரடி அனுபவத்தை இது அளித்தது. இத்தகைய கூட்டு உருவாக்கமுறை எமது செயற்பாட்டின் சிறப்பம்சமாக அமைந்தது.

"நிராகரிக்க முடியாதபடி" எனும் நாடகம் இம்முறையில் தயாரிக்கப்பட்டது. யுத்தத்தால் கணவர் அல்லது குடும்ப அங்கத்தவர்களை இழந்து வாழ்வாதாரம் அற்ற நிலையில் பல பிரச்சனைகளுக்கு முகம் கொடுத்தபடி பல இளம் பெண்கள் குடும்பங்கள் காணப்பட்டது. பாரங்களைச் சுமக்கும் நிலை காணப்பட்டது. அவர்களது யதார்த்த நிலையை விளக்கவும் ஆதரவு அளிக்கவும் இந்நாடகம் பயன்பட்டது.

ஆண் உறவுகளை இழந்த பெண்கள் அன்றைய காலகட்டத்தில் சமூகத்தில் எதிர் கொண்டிருந்த பிரச்சனைகள் நாடகத்தில் கதைக்கப்பட்ட போது ஏற்பட்ட உணர்வுகளை வெளிப்படுத்திய கவிதை ஒன்றை இங்கு குறிப்பிடுவது பொருத்தமாகும்.

நான் ஜடமல்ல
உணர்வுகளும் ஆசைகளும் உள்ளவள்
யுத்தத்தின் பரிசு
என் வாழ்வு சூனியத்தில்
எனக்கு
வெள்ளைச் சேலை கட்டி
தருகிறார் பட்டம்
"விதவை" என

பட்டுச்சேலை அணிந்தால்
பட்டமரம் உனக்கேன் இது என்கிறார்
பொட்டு வைத்தால்
பொறுக்கிப் பெண்ணாம் நான்

....

வாய்விட்டு நான் சிரித்தால்
சிங்காரி என்கிறார்

தாங்கும் இதயம் எனக்கில்லை
குடும்பம் முதல் சமூகம்வரை
என்னை ஒதுக்கியே வைக்கிறார்

சமூக நிறுவனங்களின் சில கருத்தரங்குகள், பயிற்சிகள், நடத்தும்போது போரினால் தமது உறவுகளை இழந்த பெண்களின் பிரச்சினைகளை விளக்குவதற்காக "நிராகரிக்க முடியாதபடி" நாடகத்தை நிகழ்த்துமாறு கேட்டன. இதற்கு சூரியா ஆதரவை வழங்கியது. நாடகம் முடிந்தபின் நடைபெறும் உரையாடல்களின் போது பல சுவாரசியமான சம்பவங்களும் நடைபெற்றன. நாடகத்தில் இடம் பெறும் பார்வதிமாமி எனும் பாத்திரம் கொம்மாதுறைக் கிராமத்தில் வாழ்ந்த பெண் ஒருவரை

அடிப்படையாகக் கொண்டது. யாராவது ஆண்கள் தொந்தரவு செய்தால் அப்பெண் ஏசிவிடுவார். அத்துடன் இழப்பினால் மனம் சோர்வடைந்துள்ள பெண்களுக்குத் தெம்பூட்டி ஆறுதல் லளிப்பதும் அவரது இயல்பாக இருந்தது. நாடகத்தில் இப்பாத்திரம் இக்கிராமப் பெண்போலவே இருந்தது.

1995 ஆம் ஆண்டு "வாருங்கள் தோழியரே வையகத்தை வெற்றிகொள்ள" என்ற தலைப்பில் கவிதா நிகழ்வு ஒன்றையும் சர்வதேசப் பெண்கள் தின நிகழ்வுக்காக கலாசாரக்குழு நிகழ்த்தியது. நான்கு பெண்களால் எழுதப்பட்ட கவிதைகளைக் கொண்டு தவராஜா அவர்களின் உதவியுடன் தயாரிக்கப்பட்டது. தன்னம்பிக்கை, துணிவு, பழமைவாத கருத்துகளிலிருந்து விடுபடல் இக் கவிதா நிகழ்வின் உள்ளடக்கமாக அமைந்தன. சமூகம் விதித்த தடைகளில் இருந்து விடுபட்டு துணிவு கொண்ட பெண்களாக மாற்றம் பெறுவதையும் இது சித்தரித்து, மாற்றத்திற்காகப் பெண்கள் ஒன்றுபடுவதையும் அவர்களது தோழமையையும் கவிதா நிகழ்வு எடுத்துக் காட்டியது, "உன் ஒரு கை ஓசைக்கு ஓசை தர மறுகையாய் நான் இங்கு உள்ளேன்" என்ற ஆதரவுக் குரலுடன் இணைந்து தனது பயணத்தை ஆரம்பிக்க பெண் முனைவதையும் கவிதா நிகழ்வு காட்டியது. மேடையில் ஒரே இடத்தில் நில்லாது, நடிப்பு, அசைவு ஆகியவற்றுடன் கவிதை கூறும் புதுமுறையால் பார்வையாளர்களை எம்முடன் இணைய வைக்கும் புதிய பாணியை கலாசாரக்குழுவிற்குத் தவராசா அறிமுகம் செய்தார்.

கலாசாரக் குழுவினரின் இன்னோர் நாடகம் "கனகம்மாவின் கதை" கண்ணுக்குப் புலனாகா அரங்காகும். குடும்பத்தாலும் சமூகத்தாலும் பைத்தியம் என்று கைவிடப்பட்டு வீதிகளில் அலையும் பெண்கள் பற்றியதாகும். இளம் வயதில் அவர்களது ஆசைகளும் விருப்பங்களும் பெண்பிள்ளைகளுக்கு ஏற்றவையல்ல என்று தடுக்கப்பட்டதால் உளநெருக்கடிகள். விரக்திக்கு இவர்கள் உட்பட்டனர். குடும்பத்தாலும் சமூகத்தாலும் "பைத்தியம்" பிடித்தவர்கள் என்று பட்டம் சூட்டப்பட்ட பெண்களின் வாழ்க்கையின் பின்புலம் சார்ந்ததாக கனகம்மாவின் கதை அமைந்தது. இந்நாடகத்தின் கதை சொல்லியாக கனகம்மா என்ற பாத்திரம் அமைந்தது.

கண்ணுக்குப் புலனாகா அரங்கு பற்றி எமது குழுவினர் ஒருபோதும் அறிந்ததில்லை. பார்வையாளர்களுக்கு நாடகம் என்று தெரியாததால் சிலசமயம் இத்தகைய நாடகங்கள் நடக்கும்போது அவர்களிடையே சச்சரவுகள் ஏற்படுவதுமுண்டு.

1998 இல் தமிழகத்தில் இருந்து மங்கை அரங்கப் பயிற்சி அளிக்க வருகை தந்தார். சிறிதளவான யோகா உட்பட நாடகத்திற்கான உடற்பயிற்சி வழங்கப்பட்டது. குழு அங்கத்தவர்களின் தனித்திறமைகளை சிறிது நேரத்துள் அடையாளம் கண்ட மங்கை அவர்களை கவிதை எழுதுவோர், கதை சொல்வோர், பாடகர்கள், பாடல் எழுதுவோர் எனக் குழுக்களாகப் பிரித்தார்.

இந்தக் குழுக்கள் கதைகள், பாடல்களை எழுதிய பின்னர் மங்கை எல்லாருடனும் அவற்றைப் பகிர்ந்து உரையாடல் நிகழ்த்தி அவற்றை இணைத்து விடயங்களை நேர்த்தியாக்கி வடிவம் கொடுத்தார். இது சிறப்பாகவும் யாவருக்கும் பொருத்தமாகவும் அமைந்தது.

பாரமுறி விளையாட்டு, மட்டுநகர் கண்ணகைகள். நிசப்த இரைச்சல் ஆகிய மூன்று அளிக்கைகளும் பெண்களின் மூன்று வகையான பிரச்சினைகள் குறித்துப் பேசின. இது சூரியா அமைப்பினருக்கும் கலாசாரக் குழுவினருக்கும் நிறைவான மகிழ்ச்சியைக் கொடுத்தது. மட்டக்களப்பில் நிகழும் பாரம்பரியச் சடங்கான கொம்புமுறி விளையாட்டு எனும் வடிவத்தைப் பயன்படுத்தி ஆணும் பெண்ணும் எவ்வாறு புரிந்துணர்வுடன் வீட்டு வேலைகளை - வீட்டின் பாரங்களைப் பகிர்ந்து கொள்ளல் என்பது பற்றி **பாரமுறி விளையாட்டு** பேசியது.

யுத்தச் சூழலால் உறவுகளை இழந்த பெண்கள் துயருற்று, வாழவழி இன்றி ஆதரவு இன்றி வாடும் நிலையை மாற்றுவதற்கானச் சமூகப் புரிந்துணர்வை ஏற்படுத்த "மட்டுநகர் கண்ணகைகள்" என்ற நாடகம் தயாரிக்கப்பட்டது. கணவன் இல்லாத பெண் என ஒதுக்கி வைக்காமல் அவர்களது வாழ்க்கை நெருக்கடிகளைப் புரிந்து வாழ்வதற்கான ஆதரவை வழங்கி வைப்பதற்கான விழிப்புணர்வை ஏற்படுத்தும் பின்னணியில் இது உருவாக்கம் பெற்றது.

மட்டக்களப்பின் பாரம்பரிய வழிபாட்டு முறையான கண்ணகை சடங்கில் குளிர்த்தி என்ற பகுதி இடம் பெறும், செய்யாத குற்றத்திற்காக தனது கணவன் கொலை செய்யப்பட்டதால் நீதி தவறிய அரசின் மேல் கோபம் கொண்டு மதுரையை எரித்த கண்ணகியயைக் குளிர்விப்பதாக இச்சடங்கு நிகழும். குளிர்மைப்படுத்தி ஆறுதல்படுத்தும் இச்சடங்கு மக்களுக்கு நெருக்கமானது. எனவே இவ்வடிவத்தைப் பயன்படுத்தி பாதிக்கப்பட்ட பெண்களை ஆறுதல்படுத்தி ஆதரவளிக்கும் கருத்தைக் கொண்டு **மட்டுநகர் கண்ணகைகள்** உருவாக்கப்பட்டது. குளிர்த்திப்பாடலில் இசை வடிவங்களும் உடுக்கிசையும் இடம் பெற்றன. குளிர்த்திப்பாடல் வரிகளும் தொகுக்கப்பட்டன, காட்சிப்படுத்தல் சிறப்பாக அமைந்தது. கலாசாரக்குழு உறுப்பினர் ஜெ.தில்லையம்மா, கண்ணகி வழிபாட்டில் இடம் பெறும் குளிர்த்திச் சடங்கு பற்றிய தமது ஊரான கன்னங்குடாவில் வழங்கும் கதைகள், வழக்கங்கள், சடங்கு முறைகள் பற்றிக் கூறி இந்நாடகத் தயாரிப்பில் மிக உதவினார்.

நிசப்த இரைச்சல் எனும் அளிக்கை பெண்களுக்கு எதிரான பாலியல் வன்முறை பற்றியது. பெண்கள், சிறுமிகள் மீது இழைக்கப்படும் பாலியல் துஷ்பிரயோகங்கள், குறிப்பாக குடும்பத்துள் அப்பா, மாமா, தாத்தா போன்ற உறவினரால் நிகழ்த்தப்படுபவை, யுத்த சூழலில் இராணுவம், ஆயுததாரிகள் முதலியோரால் செய்யப்படும் பாலியல் வன்முறை ஆகியவை பற்றி உரையாடப்பட்டது. நான்கு கதைகள் மூலம் - இவை உண்மைச் சம்பவங்கள் - பாலியல் வன்முறை எடுத்துரைக்கப்பட்டது.

ஆயுதக்குழு ஒன்றால் பெண்கடத்தப்படுவதும் பாலியல் வல்லுறவும் ஒரு கதை சொல்லியால் கூறப்பட்டது. பாதுகாப்பிற்காக உறவினர் வீட்டில் தங்கியிருந்த இளம் பெண்ணுடன் முதியவர் ஒருவர் பாலியல் சேட்டைகள் செய்வது இன்னொருவரால் சொல்லப்பட்டது. இராணுவத்தின் பாலியல் பலாத்கார சம்பவத்தை நேரில் கண்ட ஒரு வயதான அம்மா இன்னுமோர் கதையை விவரிப்பார். தந்தையால் பாலியல் வல்லுறவு செய்யப்பட்ட சிறுமியின் கதை கூறப்படும். இந்த

நான்கு கதைகளின் பின்பும் கவிதைகள் சிலவற்றின் பகுதிகள் கூறப்பட்டன. பெண்ணை வேனில் கடத்திச் சென்ற இளைஞர் குழு அப் பெண் மீது பாலியல் பலாத்காரம் செய்கிறார்கள் அக்கதையின் பின் கூறப்பட்ட கவிதை வரி:

"கையிலிருக்கும் ஆயுதத்தால் நான் அழிக்கப்பட்டேன் என்று
நினைக்காதீர்கள் மனித உறுப்பால் உருக்குலைக்கப்பட்டேன்."

"கிழட்டு நரி போல உதட்டைச் சப்பிக் கொண்டு ஒரு பெண் போக
மறு பெண் வரும் வரை வாடி இருக்குமாம் கிழடு"

"தலை தடவிக் கைதடவி கனவிலே உடல் தடவி
நாத் தொங்க காத்திருக்கும்கான்."

தொண்ணூறாம் ஆண்டு ஒரு பெண் மீது இராணுவம் மேற்கொண்ட பாலியல் பலாத்கார சம்பவத்தைப் பார்த்த ஒரு வயதான அம்மா கூறிய கதையின் பின் கூறப்பட்ட கவிதை வரி:

"ஊருக்குப் பூச்சாண்டி காட்ட என்னைக் குதறினீர்களோ? நான் எதை
இழந்தேன் அழுது புலம்ப?..."

தந்தையால் பாலியல் துஷ்பிரயோகத்திற்குற்பட்ட நான்கு வயதுச் சிறுமியின் கதையின் பின் ... கவிதை வரி:

"வெளிச்சம் கூட வேண்டாம்
வெளியில் நான் தெரிவேன்
ஜன்னல் கூட வேண்டாம்
காற்று என்னைத் தொட்டு விடும்."

"மூத்திரக் குழாய் தொங்கும்
யாரும் என் அருகில் வந்தால்
என் முடி முட்கம்பி
என் வாய் வெட்டருவாள்."

வசனம், கவிதை வரிகள் எல்லாம் இணைந்து நடிப்புடனும் குறியீட்டுத் தன்மையுடனும் இந்நிகழ்வு அமைந்தது.

வெகு சாதாரணமாக அன்றாட வாழ்வில் இந்த வன்முறைகள் நிகழ்ந்தாலும் சமூகம் அதைப் பற்றிக்

கதைப்பதில்லை. பாதிக்கப்பட்ட பெண்களும் இது பற்றிக் கதைக்கத் தடை: பெரிய நிசப்தம் இது பற்றி நிலவுகிறது. இதனால் பாதிக்கப்பட்ட பெண்கள் மேலும் பாதிக்கப்படுகிறார்கள். நிசப்தமும் நிம்மதி கெடுக்கும் இரைச்சலாகிறது. "சமுதாயத்தின் நிசப்தமோ பயங்கர இரைச்சலாய் என் நிம்மதியைக் கெடுக்கிறது" என்ற வரிகள் இதன் கரு இசையாக பின்னணியில் இடை யிடையே கோரஸ் பாடல்களாக ஒலித்துக் கொண்டிருந்தன.

மட்டக்களப்பு பெண்கள் திருச்சபையின் 10வது ஆண்டு விழாவில் இந்நாடகம் நிகழ்த்தப்பட்ட போது பார்வையாளரில் ஒருவர் இதற்கு எதிர்ப்புத் தெரிவித்தார். கலாசாரக்குழு உறுப்பினர்கள் இத்தருணத்தில் நிதானமாகச் செயல்பட்டு பார்வையாளர்களுக்குத் தெளிவினை ஏற்படுத்தினர். நிகழ்ச்சி முடிந்த பின்னர் பார்வையாளர்களைச் சேர்ந்த சில பெண்கள் இரகசியமாகக் கலாசாரக்குழுவைப் பாராட்டினா: "இது எமது கதை: ஆனால் எமக்கு வெளிப்படுத்தும் துணிவு இல்லை நீங்கள் வெளிப்படுத்தியதன் மூலம் எமது பாரம் குறைந்து விட்டது" என்று கூறினர். கலாசாரக் குழுவினர் தாம் ஒரு பெரிய காரியத்தைச் சாதித்து விட்ட உணர்வை இதன்மூலம் பெற்றனர்.

"பெண்களின் ஆற்றலைக் கொண்டாடுவோம்" என்ற தலைப்பில் 2000 ஆம் ஆண்டு சர்வதேசப் பெண்கள் தினத்தன்று இன்னொரு நாடகம் நடத்தினோம். இது படித்த உயர் வர்க்கப் பெண்கள் பற்றி அல்லாமல் அன்றாட வாழ்வில் யுத்தம் ஏற்படுத்தும் வலிகளுடன் வாழும் பெண்களின் நிலை பற்றியது. தமக்குத் தெரிந்த தொழில்களைச் செய்து உழைத்துக் குடும்பத்தைச் சுமக்கும் பெண்களின் மனவலிமையையும் ஆற்றல்களையும் பற்றி இந்நாடகம் பேசியது. இவ்வாறு வெவ்வேறு நாடகக் கலை நிகழ்வுகளில் ஈடுபட்ட கலாசாரக் குழுவினர் அடுத்து வீதி நாடகம் நிகழ்த்த முடிவெடுத்தனர். இந்நாடகம் மூலம் பெண்களின் ஆற்றல்கள், திறமைகள், உணர்வுகள், விருப்பங்கள் வெளிப்பட வேண்டும் என்று குழுவினர் கருதினர். இந்நாடகத் தயாரிப்பின் போது ஏற்பட்ட இரு முக்கியமான அனுபவங்களைக் குறிப்பிடுவது அவசியம். என்ன விடயம், யாருக்கு கூறுவது என்ற வினாக்கள் உரையாடல்களில் இடம்பெற்றன. கிராம மக்களிடையே நாடகம்

நிகழ்வதால் மிக எளிமையான முறையில் எமது செய்தி மக்களிடம் செல்ல வேண்டும் என்று நினைத்தோம். நடனம், பாடல், விளையாட்டு, மரபுத் தொடர்கள் ஆகிய கிராமங்களில் வழங்கும் விடயங்களைப் பாவித்தோம். தவளை, கிளி, ஆமை போன்ற பாத்திரங்களில் நிகழ்த்தியும் சொல்லியும் காட்டுதல் தொடர்பாக எம்மிடையே உரையாடி அளிக்கையின் இறுதி வடிவம் உருவாக்கினோம். அதுவே "இது எமது படைப்பு" எனும் நாடகமாகும்.

வீதியில் நாடகம் நிகழ்த்துவது தொடர்பாக உணர்ந்த அசௌகரியம் இன்னோர் முக்கிய விடயம். பெண்கள் நாடகம் நடிப்பது ஏற்றுக் கொள்ளப்பட்டிருந்தாலும் தமது உறவினர்கள், தெரிந்தவர்கள் வீதியில் நடிப்பது பற்றி எப்படி நோக்கு வார்களோ, குடும்பத்தவர்களிடம் பிழையாகச் சொல்வார்களோ என்ற அச்ச உணர்வு பல கலாசாரக்குழுவினருக்கு இருந்தது. இதனால் வீதி நாடகங்கள் நிகழ்த்துவது பற்றிய பல உளைச்சல்கள் இருந்தன.

நாடக நிகழ்வுகளை விட ஓவியம், இசை ஆகியவற்றின் மூலம் பெண்களின் கருத்துகள் உணர்வுகளை வெளிப்படுத்தும் கலையாக்கங்களிலும் கலாசாரக் குழுவினர் ஈடுபட்டனர். இவ்வகையில் 1999 இல் "எங்களின் குரல்" என்ற ஓவியக் கண்காட்சி நடத்தப்பட்டது. ஓவியங்கள் பெண்களது உணர்வுகளையும் அனுபவங்களையும் பிரச்சனைகளையும் கூறின. "நம்ம ஊருப் பொருட்கள் எல்லாம் நமக்கு நல்லாப் பயன்தருமே" என்ற பொருளில் வில்லுப்பாட்டு ஒன்றும் நிகழ்த்தினோம். உலகமயமாதலால் எமது நாட்டு வளங்கள், பாரம்பரியப் பயிர்கள், மூலிகை உணவு வகைகள் இல்லாமற் போவது பற்றியும் உள்ளூர் வளங்கள் காப்பாற்றப்பட வேண்டும் என்பது பற்றியும் வில்லுப்பாட்டு கூறியது. இது கிராம மக்களிடையே பிரபல்யம் பெற்றது.

பெண்களின் குரல் என்ற ஒரு ஒலி நாடா கவிதைப் பயிற்சிக் களம், நாடகங்கள் முதலியவற்றுக்கு எழுதப்பட்ட தமிழ்நாட்டுப் பெண்கள் அமைப்புகளால் இயற்றப்பட்ட பாடல்கள் சேர்த்து இந்த இசைத் தட்டு உருவாகியது. பெண்களின் குரல் ஒலிநாடா பெண்கள் பற்றிய பழமைவாதச் சிந்தனையைக் கேள்வி கேட்டு

"ஆதிக்கக் கரங்களின் பிடியிலிருந்து மீண்டு பெண்மையை வேரறுத்து உலகை நமது ஆக்குவோம்" எனப் பிரகடனம் செய்தது. சூரியாவின் நிகழ்ச்சிகளில் இந்த ஒலிநாடா இசைத்தது. மட்டக்களப்பு மாநகரசபையும் நகர் மத்தியில் மாலைப் பொழுதுகளில் இதனைச் சிலகாலம் ஒலிபரப்பியது.

கலாசாரக்குழுவினர் தமது படைப்புகளை நூல்களாகவும் வெளியிட்டனர். எழுதிய கவிதைகள் கனல், வெளிப்படுதல் என்ற இரு கவிதைத் தொகுதிகளாக வெளிவந்தன. தமது கவிதைகளை அச்சு வடிவில் கண்டபோது பெரு மகிழ்ச்சியடைந்தனர். தம்மிடம் கவிதை எழுதும் திறமை இருந்ததா என ஆச்சரியப்பட்டனர். எமது உணர்வுகளையும் விருப்பங்களையும் கவிதை மூலம் வெளியிட்டதில் மகிழ்ச்சியடைந்தனர். தமது வாழ்வை மீட்டுப் பார்ப்பதற்கு உதவியதாகவும் தொடர்ந்து எழுத வேண்டும் எனத் தூண்டப்பட்டதாகவும் கூறினர்.

சவால்கள்

யுத்த சூழலில் கலாசாரக்குழு பல சவால்களை எதிர் கொண்டது. எல்லா இடங்களிலும் இராணுவச் சோதனைச் சாவடிகள். ஒரு குழுவாகப் பயணிக்கும் போது சந்தேகங்களும் தேவையற்ற கண்காணிப்பும் ஏற்படும். இத்தகைய சூழலில்தான் கலாசாரக்குழு எல்லையைத் தாண்டி தமது கலைச்செயற் பாடுகளை முன்னெடுத்தது. பிரயாணத்திற்கு பொலிஸ் அனுமதிக் கடிதம் பெற வேண்டியிருந்தது. அனுமதிக்காக குழுவினரின் பெயர்கள், அடையாள அட்டை இலக்கம், சூரியாவிலிருந்து கடிதம், செல்லும் இடங்கள், தங்கியிருக்கும் விலாசம், வாகன இலக்கம், சாரதியின் பெயர், அழைப்புக்கடிதம் முதலியவற்றைக் கொடுக்க வேண்டியிருந்தது. நாம் கலைக்குழு என்று சிங்களத்தில் சொல்வதற்காக "நாட்டிய கண்டாயம" என்று பாடமாக்கி வைத்திருந்தோம்.

வேறு நிறுவனங்களின் அழைப்பை ஏற்று நாம் அம்பாறை, திருகோணமலை, கொழும்பு போன்ற இடங்களில் கலை நிகழ்வுகளை நடத்தினோம். 1997 ஆம் ஆண்டு கொழும்பில் நிகழ்ந்த யுத்தமும் வன்முறையும் தொடர்பான புகைப்படக் கண்காட்சிக்கு கலாசார நிகழ்வுகளுக்காகப் போயிருந்தோம்.

கொழும்பு பொது நூலகத்தில் இது நிகழ்ந்தது. நாம் அங்கு குழுவாகப் புகைப்படம் எடுத்தபோது குற்றப்புலனாய்வுத் துறையினர் என்னைக் கைது செய்தனர். சில மணிநேரம் விசாரணை செய்த பின் பொதுக் கட்டிடங்களில் படம் எடுக்கக் கூடாது என அறிவுறுத்தி விடுவித்தனர். புது இடங்களுக்குப் போகும் போது புகைப்படம் எடுப்பது நாட்டின் பிரஜைக்கு இயல்பான விருப்பம் இல்லையா?

கிராமங்களில் மக்கள் ஒன்றிணைந்து கூட்டங்கள், கருத்தரங்குகள், மற்றும் பொது நிகழ்வுகள் செய்வதற்கு அப்பகுதிகளில் இயங்கும் இராணுவத்திற்கும் தமிழீழ விடுதலைப்புலிகளுக்கும் முன்கூட்டியே அறிவிக்க வேண்டும்.

ஏதோ ஒரு தருணத்தில் மட்டக்களப்பு நகருக்கு வடக்கே சுமார் 20கிலோ மீற்றர் துரத்தில் உள்ள சித்தாண்டி. சந்திவெளி, முறக்கொட்டாஞ்சேனை போன்ற கிராமங்களில் அளிக்கைகள் செய்வதற்குத் தடை இருந்ததாக நினைவுள்ளது. ஒரு நாள் அளிக்கை செய்யச் சென்று, தடை ஏற்பட்டுத் திரும்பியது நினைவில் உள்ளது.

கூடுதலாக பெண்கள் தொடர்பான சமூகப் பிரச்சினை களையே நாடகங்களில் வெளிப்படுத்த முடிந்தது. ஆனால் இலங்கை அரசினதும், தமிழ் ஈழ விடுதலைப் புலிகளினதும் வன்முறைகளையோ அல்லது அவர்கள் மேற்கொண்ட மனித உரிமை மீறல்கள் தொடர்பாக எமது எதிர்க் கருத்துக்களையோ நாடகங்களில் வெளிப்படுத்த முடியவில்லை.

2000ஆம் ஆண்டு தமிழ் ஈழவிடுதலைப்புலிகளின் கருணா தலைமையில் மட்டக்களப்பில் கிராமங்களில் இயக்கத்திற்கு வீட்டுக்கு ஒரு பிள்ளை எனப் போருக்காக வலுக் கட்டாயமாக பிள்ளைகளை சேர்த்த காலம். பிள்ளைகள் கொடுக்க மறுத்தவர்களின் வீடுகளுக்கு அக்காலத்தில் புலிகளால் சீல வைக்கப்பட்டது.

இக்காலத்தில் கோழி பருந்துக்குப் பயந்து குஞ்சுகளைக் காக்கப் பதறியடித்துத் திரிந்தது போல் பெண்களும் தாய்மார்களும் தங்கள் பிள்ளைகளைக் காப்பாற்றப் பதறித் திரிந்த தருணங்களில் அத்தகைய தாய்மார் சார்பாக எங்களால்

எந்தக் குரலையும் கருத்தையும் வெளிப்படுத்த முடியாமல் அச்சம் காரணமாக மௌனித்து நின்ற சந்தர்ப்பங்கள் உண்டு.

இதே போன்று யுத்த சூழலால் இராணுவத்தாலும் விடுதலைப்புலிகளாலும் காணாமல் போன கணவன், மகன் சகோதரன் எனப் பல உறவுகளை இழந்த பெண்களுக்காக பெரியளவில் எதனையும் செய்ய முடியாமல் இருந்தது.

இது போல பல கட்டுப்பாடுகளும் அழுத்தங்களும் இருந்த போதும் போர்க்காலத்தின் பெண்களது அனுபவங்களைக் கலாசாரக் குழு விவரித்தது. அவர்களது குரலை வெளிப்படுத் தியது.

சமூக நீதி, தமது தனிப்பட்ட வாழ்வில் முன்னேற்றகரமான மாற்றம் ஆகியவற்றுக்காகக் கலாச்சாரக் குழுவினர் தமக்குச் சமூகம் விதித்த எல்லைகளைத் தமது கலாசாரச் செயல்வாதம் மூலம் அகலித்து வருகின்றனர்.

- ஜெயந்தி தளயசிங்கம்
கூற்று, 2017: 53-60

3. உலகத்து வெளிச்சம் என்னுள் வந்தது

இது இரண்டு தலைமுறைகளைக்கொண்ட சூரியாவின் கலாசாரக்குழுவின் உறுப்பினர்களான இலங்கேஸ்வரி, கல்யாணி ஆகிய இருவருடனான கலந்துரையாடலாகும். இலங்கேஸ்வரி சூரியா கலாசாரக்குழுவில் 1998 இலிருந்து 2006 வரையும், கல்யாணி 2007 இலிருந்து தற்போது வரை செயற்படுவதோடு கல்யாணி தற்போது கலாசாரக்குழுவிற்கு தலைமைத்துவப் பொறுப்பிலும் உள்ளார்.

எமது வாழ்வும் எமது சூழலும்

இலங்கேஸ்: நாங்கள் செங்கலடியைச் சேர்ந்தவர்கள். இடம் பெயர்வு காரணமாக குமாரபுரம் கிராமத்திற்கு வந்தோம். எனக்கு ஒரு நண்பர்கள் கூட இல்லை. நானும் எனது சகோதரனும் மிகவும் நெருக்கமாக இருந்தோம். எல்லா இடங்களுக்கும் எனது சகோதரன் தான் ஏற்றிக்கொண்டு போய்க் கொண்டு வந்து விடுவார். எனது கிராமத்திலுள்ள ஒரு சிறிய நூலகத்தினை நான் நடாத்திக் கொண்டிருந்தேன். காலை வேளையில் பாலர் பாடசாலையில் சிறுபிள்ளைகளுக்கு தன்னார்வத் தொண்டு அடிப்படையில் பாடம் சொல்லிக் கொடுப்பேன். இந்த வேளையில் பிள்ளைகளை இயக்கத்திற்கு பிடிக்கின்றார்கள் அல்லது அவர்கள் சிலரை கொன்றுவிட்டார்கள் அல்லது சிலர் கடத்தப்பட்டார்கள் என்ற செய்திகள் எனது காதை எட்டியது. நான் எனது

அம்மாவுடன் வெளியில் செல்லும் போது பக்கத்தில் உள்ள எனது அம்மாவுடன் கதைக்கக் கூட முடியா திருந்தது. ஏனெனில் ஒவ்வொரு சந்தியிலும் விசேட அதிரடிப்படையினர் நிற்பார்கள்.

இந்தக்காலப்பகுதியில் எனது சகோதரனை இழுத்துக்கொண்டு நான் வேலை செய்த நூலக கட்டிடத்தில் வைத்துச் சுட்டுக்கொண்டார்கள். ஏன் எனது சகோதரனைக் கொன்றார்கள் என்பது எனக்கு இன்று வரை தெரியாது. இதற்குப்பிறகு நான் அந்த நூலகத்திற்குப் போவதில்லை. அத்துடன் கிராமத்துடனான எனது தொடர்பும் சிறிது சிறிதாக விட்டுப்போனது.

நான் ஒரு இறுக்கமான கட்டுப்பாடுகளைக் கொண்ட குடும்பத்தைச் சேர்ந்தவள். எனது அம்மாவும் அப்பாவும் வெளிநாட்டுக்கு வேலைக்குச் சென்றுவிட்டார்கள். அப்போது வீட்டு வேலைகள், சமையல், துப்புரவு செய்தல் எல்லாமே எனது பொறுப்புத்தான். சூரியாவைச் சேர்ந்த ஜெயந்தி அக்கா அவருடைய மோட்டார் சைக்கிளில் அடிக்கடி எனது வீட்டுக்கு வருவர். அவர் பொதுவாகக் காற்சட்டையும் டிசேட்டும் தான் உடுத்தி வருவார். எனது குடும்பத்தில் உள்ளவர்கள் இவ ஏன் ஒரு பெடியனைப் போல வாரா என்று கேட்பார்கள்.

கல்யாணி:   இலங்கேஸ் ஆக்கா யுத்தத்தில் அவருடைய அனுபவத்தை கூறினார். ஆனால் எனக்கு அந்த அனுபவம் இல்லை. எனக்குள்ள அனுபவம் சுனாமிதான். நாங்கள் சுனாமியால் பாதிக்கப்பட்ட கிராமங்களான நொச்சிமுனை, திருச்செந்தூர், கிரான்குளத்தினைச் சேர்ந்தோர்.

2009 ஆம் ஆண்டு யுத்தம் முடிவுற்றது. இந்த வேளை நாங்கள் ஒரு நாடக அளிக்கையை

உருவாக்க எண்ணினோம். இந்த அளிக்கை யானது யுத்தம், காணாமல் ஆக்கப்பட்டமை. மணிக்கூட்டுக் கோபுரத்தில் தொங்க விட்டமை போன்றவற்றை உள்ளடக்கியுள்ளது. இந்த விடயங்களை விளையாட்டுகளினூடாக நாம் இந்த நாடகத்தில் உள்வாங்கியுள்ளதால் இவை நேரடியாக இடம்பெறவில்லை. எங்களைப் பொறுத்தவரை மக்கள் தற்போதும் யுத்தத் தினால் பாதிக்கப்பட்டுக் கொண்டுள்ளார்கள். குறிப்பாகக் கூறினால் காணாமல் ஆக்கப்பட்ட குடும்பங்கள் தற்போதும் தமது உறவுகளுக் கென்ன நடந்தது என தெரியாது தவிக்கின்றனர். இந்த நாடகம் பொது இடங்களில் அளிக்கை செய்யப்பட வேண்டும் என நாங்கள் நினைத் தோம். யுத்தம் முடிவடைந்திருந்தாலும் கூட, யுத்தத்தினால் ஏற்பட்ட பிரச்சனைகள் முடிய வில்லை. எல்லோருமே யுத்தத்திற்கு பின்னரான அபிவிருத்தி பற்றிக் கதைக்கின்றார்களே தவிர யுத்தத்தின் பாதிப்பு, அதில் ஏற்பட்ட இழப்பு பற்றிக் கதைப்பதில்லை.

நாங்கள் உருவாக்கிய காவலம்மா நாடகம் யுத்த காலத்தில் நடைபெற்ற விடயங்களைத் தாங்கிய செய்திகளாகவும் இனி இவ்வாறானதொரு நிலமை ஏற்பாடாமல் இருக்க வேண்டும் என்பதையும் குறிக்கின்றது.

பொதுத் தளங்களுக்கு அடியெடுத்து வைத்தல்

தனிப்பட்ட வெளிகளான/தளங்களான வீட்டிலும், சமையலறையிலும், படுக்கையறையிலும் பெண்கள் பல பொறுப்புவாய்ந்த பங்கினை வகித்த போதிலும் அவற்றுக்கான அங்கீகாரம் மிகவும் குறைவாகவே உள்ளதுடன் பொதுத் தளங்கள் ஆண்களாலே ஆதிக்கம் செலுத்தும் இடமாகவே உள்ளன. இந்த கலாசாரக்குழு அங்கத்தவர்கள் தங்களது அளிக்கைகளை செய்வதற்காக தனிப்பட்ட தளங்களிலிருந்து

பொதுத்தளங்களான வீதி, கிராமத்திலுள்ள நிலையங்களுக்குச் செல்கின்றனர். இதிலும் குறிப்பாக மறைக்கப்பட்ட தனிப்பட்ட விடயங்களைக் கொண்ட அடிக்கடி எம்மைச்சுற்றி இடம்பெறும் விடயங்களையும் கொண்ட அளிக்கைகளாக இது அமையும்.

இலங்கேஸ்: ஆகவே சூரியாவிற்கு முதல் தடவை வருவது எனக்கு மிகவும் சந்தோஷமாக இருந்தது. இது நான் முதல் தடவையாக நகரப்பகுதிக்கு வந்ததாகவும் அமைந்தது.

ஆனால் முதல் தடவையாக நாங்கள் வீதியில் அளிக்கை செய்யும் போது மிகவும் பயமாக இருந்தது. நாங்கள் நாடக வேடம் அணிந்திருந் தோம். இருப்பினும் நாங்கள் உணர்வுபூர்வமாக முழு பலத்துடனும் இந்த அளிக்கையைச் செய்ய வேண்டும் என உணர்ந்தோம்.

அவர்கள் (சூரியா) குமாரபுரத்தில் உள்ள பொது மக்களுக்கு இந்த அளிக்கையைச் செய்வோம் எனக் கூறினார்கள். இந்த அளிக்கையின் போது எனது மூத்த சகோதரனும் சகோதரியும் அங்கு இருந்தார்கள் அத்துடன் அளிக்கை நன்றாக இருந்ததாகவும் கூறினார்கள்.

பெண் பிள்ளைகள் அலுவலகத்திற்கு வரத் தொடங்கிய பின்னரே மோட்டார் சைக்கிள் ஓட்டுவதற்கு பழகினார்கள். ஏனெனில் அந்தக் காலப்பகுதியில் பொதுவாக பெண்பிள்ளைகள் மோட்டார் சைக்கிள் ஓட்டமாட்டார்கள்.

சூரியாவில் இணைந்த பின்னர் நான் வெளி உலகத்திற்குப் போனதாக உணர்ந்தேன். அத்துடன் புதியவர்களைச் சந்தித்து கதைக்கவும், புதிய விடயங்களை கற்றுக்கொள்ளக் கூடிய தாகவும் இருந்தது.

கல்யாணி: நான் நன்றாகப் படித்து கல்விப் பொதுத்தராதர சாதாரண தரப்பரீட்சை எழுதிச் சித்தியடைவேன்

என்று எனது வீட்டில் உள்ள யாருமே நினைத்துக்கூடப்பார்க்கவில்லை. எனது வீட்டில் எமது அம்மா, அப்பா, மூத்த சகோதரன் யாருமே படிக்கவில்லை. நானும் அப்படித்தான் என அவர்கள் நினைத்தார்கள்.

நான் எனது அம்மாவை விட்டுத் தனியாக ஒருகாலமும் வந்ததில்லை. முதல் தடவையாக நான் பஸ்ஸில் வந்தேன். நாங்கள் நான்கு அல்லது ஐந்து பேர் ஒன்றாகப் பிரயாணம் செய்வோம்.

சூரியாவில் இணைந்து 3 வருடங்களின் பின்னர் நான் எனது கிராமத்தில் ஒரு அளிக்கை செய்தேன். சில பெடியனுகள் நான் குண்டாக இருக்கின்றேன் என கிண்டல் செய்வார்கள். இதற்காகவா நீ சூரியாவிற்குப் போகின்றாய் என அவர்கள் கேட்பார்கள். அதற்குப்பிறகு எமது கிராமத்தில் நாங்கள் அளிக்கைகளைச் செய்தால் தான் இந்தப் பெடியனுகள் யோசிப்பானுகள் என நான் நினைத்தேன். நான் எனது கிராமத்தினை விட்டு வெளியில் வந்த பின்னர் தான் ஏனையவர் களுடன் கதைக்க ஆரம்பித்தேன்.

தற்போது சமூக மட்ட கூட்டங்களுக்கு எங்களை அழைக்கின்றார்கள். எனது வயதை ஒத்த பெண் பிள்ளைகள் அங்கு வருவதில்லை. இருப்பினும் கூட்டங்களில் நாங்கள் கூறுகின்ற விடயங்களைக் காது கொடுத்து கேட்கின்றனர்.

எனது மூத்த சகோதரி திருமணம் முடித்தார் அதன் பின்னர் எனது அத்தான் (அக்காவின் கணவர்) கூறுவார் வேலை பிற்பகல் 4.30 மணிக்கு முடிவடைந்தால் 5.00 மணிக்கு கட்டாயம் வீட்டுக்கு வர வேண்டும் என்று என்னைக் கட்டுப்படுத்த முயல்கின்றார். ஆனால் எனது அம்மா என்னைப் பாதுகாக்கும் வகையில் அது

பரவாயில்லை அவளுக்கு வேலை எப்போ முடியுதோ அப்போ அவள் வீட்டுக்கு வந்தால் காணும் என கூறுவார்.

நான் இந்த கலாசாரக்குழுவில் இணைந்த பின்னரே எனக்கு இவ்வாறான கட்டுப்பாடுகள். தடைகள் உடைக்கப்பட்டது. வீட்டுக்குள்ளும் வீட்டுக்கு வெளியிலும் நாங்கள் எமது முடிவுகளை எடுக்கலாம்.

நாங்கள் வீட்டுக்குள்ளேயே இருந்திருந்தாலோ அல்லது வேறு இடத்தில் வேலைக்கு சேர்ந்திருந் தாலோ இந்த மாதிரியானதொரு மரியாதை எமக்குக் கிடைத்திருக்காது. நாங்கள் சூரியாவுக்கு வந்ததாலேயே எங்கு சென்றாலும் ஒரு பெண் என்ற வகையில் எமக்கு மதிப்பளிக்கின்றார்கள்.

இலங்கேஸ்: எனக்கு நீளமான காற்சட்டை(ஜீன்ஸ்) போட மிகவும் விருப்பம். எனது அண்ணாக்கு அது விருப்பமில்லை. ஆரம்பத்தில் நான் சூரியாவுக்கு வரும்போது ஜீன்ஸ் அணிவேன் வீட்டுக்கு போனதும் அதனை மாற்றிவிடுவேன். ஆனால் தற்போது ஒரு பிரச்சனையும் இல்லை. நான் சூரியாவில் வேலை செய்வதால் தற்போது கிராமத்தில் சமூகத்தில் மக்கள் எனக்கு நல்ல மரியாதையளிக்கின்றார்கள்.

ஒரு நபர் தொந்தரவு செய்தால் என்ன நடவடிக்கை எடுக்க வேண்டும் என்கின்ற விடயங்கள் இந்த நபருக்கு தெரியும் என சமூகம் நினைக்கின்றது. குமாரபுரத்தில் நடைபெற்ற அதிகமான சம்பவங்களை நாங்கள் கையாண் டோம். குமாரபுரமானது எந்தவிதமான அபி விருத்திகளும் செய்யப்படாத மீள் குடியேற்றப் பட்ட கிராமமாகும். அப்போது சூரியாவின் கடிதம் எழுதி அபிவிருத்தி நடைபெற்றது.

கலாசார குழு அங்கத்தவர்களின் உறவினர்கள் இருக்கும் சில இடங்களில் நாங்கள் அளிக்கை செய்வதில்லை. ஒரு தடவை எனது அண்ணா கேட்டார் "நீ இப்படி நாடகம் எல்லாம் போட்டுட்டு இத்தனை மணிக்கு வீட்டுக்கு வாராய் மற்றவர்கள் என்ன சொல்லுவார்கள்?" எனக் கேட்டார்.

இராணுவமயமாக்கப்பட்ட பொதுத்தளங்களில் பேச்சுவார்த்தை

நாங்கள் முறக்கட்டான்சேனை கிராமத்திற்குப் போகும் போது குறிப்பேடு (நோட்டுப்) கொண்டு செல்வதில்லை. நாங்கள் உணவு மட்டுமே கொண்டு செல்வோம். நாங்கள் மூன்று பேரும் ஒன்றாக செல்லமாட்டோம். ஏனெனில் அவர்கள் (இராணுவ சோதனைச்சாவடிகளில்) எங்கு போகின்றீர்கள்? எந்த நிறுவனத்தில் இருந்து வாறீர்கள்? என்ன விடயத்தை ஆவணப் படுத்த போறீர்கள்? என்ன செய்தியை சேகரிக்கப்போறீர்கள்? இதனால் நாங்கள் வீடுகளுக்கு வேறு வேறாகப் பிரிந்து செல்வோம்.

இலங்கேஸ்: நாங்கள் பஸ்ஸில் செல்வோம். இராணுவச் சாவடிக்கு முன்பே இறங்கி குறுக்கு ஒழுங்கைகளி னூடாக வீடுகளுக்குச் செல்வோம்.

சில வேளைகளில் செல் சத்தம் கேட்கும். அத்துடன் சில நேரம் சுற்றிவளைப்புகளும் இடம்பெறும். அவர்கள் மக்களை அடிப்பார்கள், கூட்டிக்கொண்டு போய் விடுவார்கள்: அத்துடன் சுடும் சத்தமும் ஆட்கள் அலறும் சத்தமும் கேட்கும்.

சில நேரம் எல்.ரி.ரி.யினர் அந்தப்பகுதியில் இருப்பார்கள். நாங்கள் அவர்களது அனுமதியைப் பெற வேண்டும். அவர்களுக்கு நாங்கள் எல்லாம் சொல்ல வேண்டும். எங்களுடன் கதைப்பதற்கு அவர்களது பெண் போராளிகளை அனுப்பு

வார்கள். எத்தனை கதைப்பீர்கள் எனக் கேள்விகள் கேட்பார்கள். LTTE எப்போதுமே அவர்களுடனும் கதைக்க வேண்டும் என நினைப் பார்கள். இது எங்களுக்கு மிகவும் கஸ்டமாக இருந்தாலும் கூட நாங்கள் போய்க் கதைப்போம். LTTE இன் கட்டாய ஆட்சேர்ப்பு தொடர்பாக நாங்கள் விழிப்புணர்வு செய்கிறோமோ அல்லது சிறுவர்கள், இளைஞர்களுடன் தடுத்து நிறுத்து கின்றோமோ என LTTE இனருக்குச் சிறிதாக வொரு பயம் இருந்தது. ஆனால் எங்களது கனவு ஒரு சமத்துவமான குடும்பத்தை உருவாக்குவது. நாங்கள் அவர்களுக்குச் சொல்லுவோம். இருப்பினும் எங்களது அளிக்கைகளின் பின்னர் பெண்கள் இரகசியமாக வந்து தங்களது 12 வயதுப் பிள்ளைகளைப் பிடித்துக்கொண்டு போனது தொடர்பாகவும் இதற்கு என்ன செய்வது எனவும் ஆலோசனை கேட்பார்கள். நாங்கள் அவர்களை மனித உரிமை ஆணைக் குழுவிற்குப் போகும் படி கூறுவோம்.

அவர்களை (LTTE) சமாளிப்பதற்கு "அரசியல் இல்லாத" இடைத்தொடர்பையே நாங்கள் வைத்திருந்தோம். ஆனால், நாங்கள் உதவி செய்த யுத்தத்தினால் பாதிக்கப்பட்ட மக்கள் அரசியலுக்குள் சென்றார்களா என்பதை நான் கூற முடியாது இருப்பினும், அந்தக் காலப் பகுதியில் பிரச்சனைகள் பற்றிக் கதைத்தலும் அவர்களது பிரச்சனைகளை கேட்டலும் மிகப் பெரிய விடயமாக இருந்தது. கதைப்பதற்குப் பெண்களுக் கென்றொரு தளத்தினைக் கொண்டிருந்தமை யால், பாதிக்கப்பட்ட மக்கள் மனித உரிமை ஆணைக்குழுவுடன் கதைப்பதற்கு உதவியது பெரிய விடயமாக இருந்தது.

இராணுவத்தினருடனும் எமக்கு பிரச்சனை இருந்தது. நாங்கள் அளிக்கை செய்யும் போதும், கலந்துரையாடல்கள் செய்யும் போதும் எங்களைச்

சுற்றி ஆயுதங்களுடன் அவர்கள் நின்று மிகப் பெரிய சத்தத்தில் கதைப்பார்கள். இதன்போது எமது அளிக்கையில் இடம்பெற்ற விடயங்கள் தொடர்பாகப் பெண்கள் மிகக் குறைவான வற்றையே எங்களுடன் பகிர்வார்கள். அதிகமான விடயங்களை நாங்கள் எழுதக்கூட முடியாது. இதற்குப் பதிலடியாக வேறு ஏதும் நடைபெறும் என எமக்குக் கவலையாகவும் இருக்கும். எமது அளிக்கைகளில் மட்டுநகர் கண்ணகிகள் மிக முக்கியமான நாடகம். ஏனெனில் அது எமது உண்மையாக நடைபெற்ற விடயங்களையும் உணர்வுகளையும் கொண்ட துடன் பெண்களின் எதிர்பார்ப்பு, பெண்கள் காத்திருத்தல், ஏன் இன்னும் வரவில்லை என்கின்ற பெண்களின் கேள்விகள் அனைத்தையும் அடிப்படையாகக் கொண்ட உண்மைக்கதைகள்.

"இது உலகத்திற்கு வெளிச்சம் வந்தால் போல்," ஒன்றிலிருந்து, மற்றொன்றைத் தாவிச் செல்லு வதற்கானதொரு தளம். அந்தக் காலப்பகுதியில் தமிழ் சமூகமானது பெண்கள் எப்படி இருக்க வேண்டும் என ஒரு உறுதியான நம்பிக்கையில் இருந்தார்கள். இந்தத் தளமானது கலாசாரக் குழுவில் இணையும் இளம் பெண் பிள்ளை களுக்கும், அளிக்கைகள் செய்யப்படும் இடங்களில் உள்ள சமூகப்பெண்களுக்கும் மிகவும் முக்கிய மானதாகும். இந்த தளமானது கலந்துரை யாடலுக்கும், உரையாடல்களுக்கும் சாதகமாகவும் பிரதான நீரோட்டத்திற்கு மாற்றாக இந்த கலாசாரக்குழுவின் வேலைகள் அமைந்தது. அத்துடன் இந்த தளமானது பெண்கள் தமது சொந்த அர்த்தங்களை உணரக்கூடியதும் அதற்கு அனுமதியுள்ள ஒரு ஜனநாயகத் தளமாகவும் கலாச்சாரக் குழுவின் வேலைகள் அமைந்தது. உள்ளூர்ப் பெண்களின் குரலையும், அவர்களின் உணர்வுகளையும் வெளிப்படுத்தக்கூடிய தளமாகவும் இது அமைகின்றது.

இலங்கேஸ்: இவர்கள் பெண்ணிலைவாதம் கதைத்தார்கள் எனக்கு ஒன்றுமே விளங்கவில்லை அதனால் நான் நினைத்தேன், ஏன் நான் வந்தனான்? ஏன் இவ்வளவு அவசரமாக நான் இணைந்து கொண்டேன் என்று. ஆனால் ஒவ்வொருவரும் வேறுபட்ட பிரச்சனைகள் பற்றிக் கதைப்பார்கள். அவர்கள் (சூரியா அலுவலகர்கள்) நாங்கள் கவிதை எழுதுவோம் என்று கூறினார்கள். இது பற்றியும் எனக்கு எதுவும் தெரியாது.

பின்னர் வளவாளர் ஒருவர் வந்து எங்களது வாழ்க்கை பற்றி எழுதி வாசிக்குமாறு கூறினார். அதை நான் வாசிக்கும் போது உலகத்திற்கே வெளிச்சம் வந்தாற் போல் இருந்தது.

எனக்குக் கிளி மாதிரி ஆக ஆசை. சிறகுகள் உடைந்த அல்லது சிறகுகள் கட்டப்பட்ட கிளியாகவே நான் இருந்தேன். நான் இவர்களுடன் இணைந்த பின்னரே எனக்குள் என்ன உள்ளதென்பதை விளங்கிக்கொள்ள முடிந்தது.

கல்யாணி: எனது முதல் அளிக்கை திருமணம், கலாசாரம், கணவனை இழந்த பெண்கள் பற்றியதாக இருந்தது. பூவும் பொட்டும் கணவரினால் வந்தது. ஏனெனில் கணவன் இறந்தால் பூ, பொட்டை அகற்றுதலும் வெள்ளை சேலை அணிதலும் என்ற வழக்கம் உள்ளது. ஆகவே இந்த மூடநம்பிக்கை யாகப் பிணைந்துள்ளவற்றை உடைத்து எவ்வாறு வெளியே வருவது என்பது பற்றியே எமது முதல் அளிக்கை அமைந்தது.

முன்னர் நீங்கள் என்ன செய்கின்றீர்கள் என கேட்டால் நாங்கள் கலாசாரக் குழுவில் உள்ளோம் என கூறுவோம். அப்போது இது ஒரு வேலை மாதிரி இல்லையே எனச் சொல்வார்கள். இப்போது சூரியா செய்யும் வேலைகள் பற்றி நாங்கள் கதைக்கக் கூடியவாறுள்ளது. இப்போது

பெண்ணுக்குப் பிரச்சனை உள்ளபோது வந்து கதைக்கக்கூடியதொரு இடம் என நாங்கள் கூறுவோம். பெண்ணுக்குக் கணவருடன் ஏதாவது பிரச்சனை இருப்பின் சூரியா பதிலிறுப்புச் செய்யும். கலாசாரக்குழு அங்கத்தவர்கள் சந்தித்துக் கதைக்கும் போது சூரியாவின் வேலைகள் என்ன நடைபெறுகின்றது என்பது பற்றி விளக்கமாகக் கதைப்போம்.

இலங்கேஸ்: எங்களது அளிக்கையின் பின்னர் நீங்கள் எல்லாப் பெண்களினதும் பிரச்சனைகள் பற்றிக் கதைக் கின்றீர்கள் என உள்ளூர் சமூகமட்டப் பெண்கள் கூறுவார்கள். இவ்வாறான எல்லாப் பிரச்சனை களும் எங்களது கிராமத்திலும் உள்ளது. இருப்பினும் நாங்கள் மற்றைய பெண்களைப்பற்றி நினைக்கின்றோம். ஆனால் எங்களைப்பற்றி எவ்வாறு வெளிப்படுத்துவது என எங்களுக்குத் தெரியாது. கிராமத்திற்கு வெளியே இப்பிரச்சனை களை எவ்வாறு கதைப்பது என்று எங்களுக்குத் தெரியாது.

அளிக்கை செய்ததன் பின்னர் பெண்கள் வெளிப்படையாகக் கதைப்பதற்கும், கூட்டாக என்ன செய்யலாம் என சிந்திப்பதற்கும் ஏதுவான ஒரு தளம் இருக்கும்.

இலங்கேஸ்: முதலில் எமது நினைவுகளையும், எமது விருப்பத் தினையும் பற்றி அல்லது எவ்வாறு நாங்கள் வாழ எண்ணுகின்றோம் என எழுதும்படி அவர்கள் எங்களைக் கேட்பார்கள். நாங்கள் அவற்றை எழுதி ஒருவருக்கொருவர் வாசித்துக் காட்டுவோம். அவர்கள் அதில் ஒரு பகுதியை கண்டிப்பாக எடுப்பார்கள். விஜிகலா சொல்லுவார் நான் பச்சைக் கிளியாக இருக்கவே விரும்புகின்றேன். அவர்கள் எங்களைச் சிந்திக்கத் தூண்டுவார்கள். நீங்கள் பச்சைக் கிளியாக இருந்தால் நீங்கள் எல்லா

இடமும் பறந்து திரியலாம், ஆனால் நீங்கள் எவ்வாறு ஒடுக்கப்பட்டவர்களுடன் கதைப்பீர்கள்? அடுத்து ஒரு தவளையை எடுங்கள். இப்போது தவளையும், கிளியும் இருக்கின்றது இதை வைத்து கவிதை எழுதும் போது ஒரு ஆமை வருகின்றது.

இதற்குப்பின்னர் நாங்கள் இந்த கதாபாத்திரங் களை ஏற்று கதையை உருவாக்கி அளிக்கை செய்வோம். சில சமயங்களில் நாங்கள் மற்றவரது கதாபாத்திரத்தை ஏற்று அளிக்கை செய்வோம். இதன் பின்னர் நாங்கள் இது பற்றிக் கலந்துரையாடுவோம். இதன் மூலம் என்ன விடயத்தைத் தெரிவிக்க முனைகின்றோம் என்பது பற்றி விளங்கிக்கொள்வோம்.

நாங்கள் அனைத்துக் கதாபாத்திரங்களைப் பற்றியும் கற்றுக்கொள்வோம். நான் ஒரு வரியை மறந்தால் கூட மற்றவர் அதைக் கூறுவார். சில வேளைகளில் நான் மற்றவரது வரிகளைக் கூறுகின்றேனோ அல்லது இது என்னுடைய வரிதானா என நாங்கள் குழம்புவதுமுண்டு. ஆனால், பார்ப்பவர்களுக்கு இது தெரியாது. பின்னர் நாங்கள் எங்களுக்குள் இது பற்றிக் கதைப்போம். இவ்வாறு நாங்கள் ஒரு வரியை மறந்தாலும் கூட அளிக்கை நன்றாகவே செய்யப்படும்.

அளிக்கை முடிந்த பின்னர் நாங்கள் 12 பேரும் மக்களுக்குள் சென்று இது பற்றி அவர்களது கருத்துக்களைக் கேட்போம். சில சந்தர்ப்பத்தில் இரண்டு அல்லது மூன்று பெண்கள், சில ஆண் பிள்ளைகளிடம் நாம் கருத்துக்களைக் கேட்போம். வேறுபட்ட அபிப்பிராயங்களையும், கருத்து களையும் கூறுவார்கள். சில சந்தர்ப்பத்தில் நீங்கள் ஏற்ற கதாபாத்திரமும் எனது வாழ்க்கையும் ஒன்றாக இருக்கின்றது எனச் சில பெண்கள் கூறுவார்கள். சில சமயங்களில் அந்த கிராமத்தின் ஆண் அபிவிருத்திச் சங்கத் தலைவர் கூறுவார்

இங்க எல்லோரும் சமம்; வன்முறைகள் எதுவுமே இக்கிராமத்தில் இல்லை என்பார்.

கல்யாணி: நாங்கள் எந்தவிதமான அனுபவங்களும் இல்லாமல் தான் வந்தோம். வந்த போது எங்களை எழுதுமாறு கூறினார்கள். ஆனால் எங்களுக்கு என்ன எழுதுவது என்பது தெரியாது.

பின்னர் இலங்கேஸ் அக்கா வந்து எங்களுடன் கதைத்து எவ்வாறு இந்த கலாசாரக்குழு தோன்றியது, எவ்வாறு அளிக்கைகள் செய்யப் படுகின்றன என கூறினார். அத்துடன் நாங்கள் நாடகம், கூத்து, நடனம் போன்ற பயிற்சிகளையும் பெற்றோம்.

நான் தான் உள்ளவர்களிலேயே உடம்பு தடிப்பமானவள். இதனால் நான் என்னால் ஆட முடியாது, என்னால் பாட முடியாது இவ்வாறு கூறுவேன். பாடசாலையில் இருக்கும் போது என்னை ஒன்றுக்குமே எடுக்க மாட்டார்கள். நான் இதைச் செய்ய மாட்டேன் என்று பாடசாலையில் கூறுவார்கள். ஆனால் சூரியாவின் வளவாளர் சொன்னார் நீங்கள் என்ன வேணுமானாலும் செய்யலாம் என்று. நடைமுறையில் வினைத் திறனாகச் செய்தும் காட்டினார். விஜயா அக்கா இலங்கேஸ் அக்கா, சிவகலை அக்கா ஆகியோர் எனக்கு மிகவும் ஆளுமை இருக்கின்றது என கூறினார்கள். எனக்கு இது பற்றி ஒருபோதுமே தெரியாது.

இருப்பினும் நாங்கள் முதலாவதாக மேடையில் அளிக்கை செய்யப் போன போது அங்கு நன்கு படித்த பல்கலைக்கழகத்தில் உள்ளவர்கள் பார்வையாளர்களாக வந்திருந்தார்கள். நாங்கள் மேடையில் அளிக்கை செய்வதற்குத்தான் பயிற்சிகள் எடுத்தோம். ஆனால் பார்வையாளர் களைப் பார்த்ததும் அவர்களுக்கு மத்தியில் அளிக்கை செய்ய வேண்டும் என மாற்றி முடிவை எடுத்தோம். எங்களுக்கு மிகவும் பதட்டமாக

இருந்தது. ஆனால் எங்களது வளவாளர் சொன்னார் எல்லாப் பதட்டத்தையும் உடைத்தெறிந்து வெளியே வந்து அளிக்கையைச் செய்யுமாறு கூறினார்.

கிராமங்களில் எவ்வாறு நாங்கள் இவ்வாறான தொரு தளத்தினை உருவாக்கினோம் என்றால், நாங்கள் ஐந்து பேர் முதலில் கிராமத்தினுள் சென்று நாங்கள் என்ன செய்யப்போகின்றோம் என பெண்கள் குழுக்களிடமும் கிராம உத்தியோகத்தருக்கும் கூறுவோம். அத்துடன் இளம் பெண் பிள்ளைகளிடம் எமது குழுவுடன் இணையுமாறும் கேட்போம்.

இது மட்டுமின்றி நாங்கள் ஏனையவர்களின் அளிக்கைகளையும் பார்ப்போம். சில பெண்களுக் கெதிரான வன்முறைகள் தொடர்பான நாடக அளிக்கைகளின் போது ஆண்களை ஒரு முக்கிய கதாபாத்திரமாக காண்பிப்பார்கள். எனக்கு ஒரு அனுபவம் உள்ளது, நாங்கள் ஒரு தடவை ஆணாதிக்கம் மிக்க ஒரு கிராமத்தில் எங்களது அளிக்கையைச் செய்தோம். அங்கு பெண்கள் வெளியில் போகக்கூடாது, வீட்டிலேயே இருக்க வேண்டும், பெண்கள் வீட்டுக்கு நேரத்துக்கு வர வேண்டும் என்கின்ற ஒரு அதீத நம்பிக்கை அந்த கிராமத்தில் இருந்தது. அது தான் அந்த சமூக கலாசாரக் கட்டுப்பாடு. இதன் போது நாங்கள் பெண்களுக்கெதிரான வன்முறைகள் தொடர் பான அளிக்கையைச் செய்தோம் இருப்பினும் அவ்வளிக்கையினூடாக கணவன் எவ்வளவு வன்முறைப்படுத்தினாலும் மனைவி அவருக்குக் கீழ்படிய வேண்டுமா? என்பது தொடர்பாக அமைந்தது.

நாங்கள் பிள்ளைகளின் விளையாட்டினை இந்த அளிக்கைக்கு உத்தியாக பயன்படுத்தினோம். ஆரம்பத்தில் எல்லோரும் சிரித்தனர். அவர்கள் சொன்னார்கள் என்ன சொல்கிறீர்கள் இது

எங்கட கிராமத்தில் நடக்கிறல்ல. நாங்கள் இங்கு அளிக்கை செய்த "எல்லோருக்கும் ஒரு கதை உண்டு" எனும் நாடகமானது பெண்களினதும் சமூகத்தினதும் உணர்வுநிலையை வெளிப்படுத்து வதாக அமைந்தது.

சர்வதேசப் பெண்கள் தினத்திற்கு ஒழுங்கு செய்யப்பட்ட ஒருநிகழ்விற்கு நான் போயிருந்தேன் அது அவர்களது திட்டத்தில் உள்ள ஒரு செயற்பாட்டை நிறைவு செய்வதற்கு செய்த நிகழ்வாக நான் உணர்ந்தேன். உதாரணமாக பெண்பிள்ளைகள் சினிமா நடனம் ஆடினர்.

நாங்கள் பெண்களின் கலாசாரக்குழு என்பதால் மிகவும் முக்கியமானதாக நாங்கள் கருதுகின்றோம். ஆண்கள் என்ன கதைத்தாலும், எப்படியான நிகழ்வுகளை அவர்கள் ஒழுங்கமைத்தாலும் நாங்கள் பெண்களின் பிரச்சனைகளையும், பெண்கள் மனம் புண்படுகின்ற விடயங்களையுமே மையப்படுத்தி அவர்களில் ஒருவராக இருப்போம். பெண்கள் தங்களது எண்ணங்களை மிக இலகுவாக வெளிப்படுத்துவதற்கு உதவுவோம்.

வெளித்தளங்களில் பெண்ணிலைவாத செயல்வாதத்தில் உள்ள சவால்கள்

எப்படியாயினும், சில இளம் பெண்பிள்ளைகளுக்கு சூரியாவுடன் தொடர்ந்து இணைந்து பணியாற்றுவதிலும், வெளித்தளங்களில் அளிக்கைகளை செய்வதிலும் சிரமங்கள் உள்ளது. அவர்களது குடும்பங்களிடமிருந்தும், சமூகங்களிட மிருந்துமே அதிகமான சவால்களுக்கு முகம் கொடுக்கின்றனர். கிரான்குளத்தில் சமூகத்தினால் வந்த அழுத்தத்தினால் அனேகமான அங்கத்தவர்கள் இடையில் விலகிவிட்டார்கள். மேலும் சூரியா அலுவலகர்கள் கிராமத்தவர்களுடனும் குடும்ப அங்கத்தவர்களுடனும் கலந்துரையாடிய போதிலும் அவர்கள் மீண்டும் இணைவதை விரும்பவில்லை. அங்கத்தவர்கள் இடை விலகுவதற்குத் திருமணம் என்பது அடுத்த மிக முக்கியமான காரணியாக அமைகின்றது. ஒரே ஒரு பெண்ணைத்தவிர

ஏனையவர்களுக்கு அவர்களது கணவனோடு கலந்து பேசிக் குழுவில் தொடர்வதற்கு அவர்களால் முடியவில்லை. திருமணம் முடித்தவுடன் கர்ப்பம், குழந்தை என வந்ததும் இப் பெண்களின் திறன்கள், ஆர்வம் என்பன படிப்படியாக குறைகின்றது.

குறிப்பாக சுனாமிக்குப்பின்னரான காலப்பகுதியில் வேலை வாய்ப்பு அதிகரித்தமையினால் அதிகமான கலாசாரக்குழு அங்கத்தவர்கள் விட்டு விலகிச்சென்றனர். தற்போதைய சூழலிலும் இளம் பெண்பிள்ளைகள் நிரந்தர வேலையை நோக்கி செல்லும் போது அவர்களது ஈடுபாட்டினை தக்க வைத்துக் கொள்ள முடியாதுள்ளது.

தற்போது அதிகப்படியாக அரச அலுவலகங்களில் இருந்து எமது அளிக்கைகளைக் கோருகின்றார்கள். ஆனால் அளிக்கை முடிந்தவுடன் பார்வையாளர்களுடன் கலந்துரையாடல்களை எம்மால் நடாத்த முடியாதுள்ளது. இதனால் இந்த அரச அலுவலகங்கள் எமது அளிக்கைகளை ஒரு பொழுது போக்குக்காக கேட்கின்றார்களோ என்ற கவலை எமக்குண்டு.

இதனூடாக நாங்கள் செய்த அனைத்துச் செயற்பாடுகளும், பெற்றுக்கொண்ட அனுபவங்களும் அடுத்து வருகின்றவர் களுக்குக் கட்டாயம் கடத்தப்படவேண்டும். உதாரணமாக கூத்து எனும் பாரம்பரிய கலை தற்போது மருவிக்கொண்டு போகின்றது. ஏனைய குழுக்களின் படைப்புக்களான சினிமா பாட்டுகள், தொலைக்காட்சி நாடகங்கள் குறிப்பாக மகாபாரதம் போன்றவை தற்காலத்தில் மக்கள் மத்தியில் செல்வாக்குச் செலுத்துபவையாக அமைந்துள்ளது. சூரியா பெண்ணிலைவாதத்தினை மிக ஆழமாக நினைத்து அதனை முன்னோக்கிக் கொண்டு செல்ல நாங்கள் மக்களுடன் தொடர்ச்சியாக இது பற்றிக் கலந்துரையாட வேண்டும்.

- இலேங்கேஸ் - கல்யாணி

(கூற்று, 2017: 65-72)

4. காவலம்மா - ஓர் பார்வை

சூரியா பெண்கள் அபிவிருத்தி நிலையத்தாரின் ஏற்பாட்டில் பிரபல பெண்ணிய நாடகவியலாளர் மங்கை அவர்களின் நெறியாள்கையில் 29.4.2011 அன்று மட். செல்வநாயகம் மண்டபத்தில் சூரியா பெண்கள் அபிவிருத்தி நிலையத்தாரது கலாசாரக் குழுவினரால் **காவலம்மா** எனும் நாடகம் நிகழ்த்தப்பட்டது. இக்காவலம்மா நாடகம் எனக்கு வித்தியாசமானதொரு அனுபவத்தினைத் தந்தது. அந்த அனுபவங்களைப் பகிர்ந்து கொள்வதாக இச்சிறு கட்டுரை அமைகின்றது.

இந் நாடகம் ஃபஹிமா ஜஹான், சுல்பிகா, ஆழியாள், ஜெயந்தி தளையசிங்கம், விஜயலட்சுமி ஆகிய கவிஞர்களின் கவிதைகளை அடிப்படையாகக் கொண்டதாகும். இக்கவிதைகள் பல்வேறு விடையங்களை நேரடியாகவும் குறியீடாகவும் கூறி நிற்பதைக் காணமுடிகின்றது. இக்கவிதைகளை மேலும் அலங்கரித்து உலாவ விடப்பட்டதாக இந்நாடகம் காணப்படுகின்றது. பெண்களின் அவஸ்தை நிலைகளை எதிர் கொள்ளல், யுத்தத்தின் பின்னரான நிலைப்பாடுகள், சுய ஆளுமைகளில் தங்கியிருத்தல், சூழலைப் பாதுகாத்தல், வாழ்தலுக்கான நம்பிக்கையளித்தல், மீண்டும் வாழ்தல் என்பன போன்ற விடயங்களை இக்கவிதைகள் பேசுகின்றன.

01.   அகப்பை கொண்டு
        இருளை நீக்கி
        கிடுகு கொண்டு
        நிலம் குளிர்த்தி...

02. சிட்டுக் குருவியின் தீட்டுத் துணியை
கழுவிக் காய விடும்
கயிற்றுக் கொடியை சுற்றி
கறையான் படைபோல
சூழ்ந்து கொள்கிறீர்கள்
அது உங்கள் தர்மம் என்கிறீர்கள்....

03. இப்ப பென்னாம் பெரிய உலகத்தில்
இருக்கிறேன் நான்
என் போல நிறைய சிறுவர்களோடு
எங்களைச் சுற்றிலும் முள்வேலி....

04. பட்டதும் பட்டுக் கொண்டிருப்பதும்
நம் சந்ததியும் வாழ்வும்மல்லவோ
இடிந்து போகாமல் வாழ்வோம்
மண்ணின் ஈரம் காப்போம்...

05. சிரட்டைகளை சீவித் துளையிட்டு
சீரான காம்புகளில் பொருத்தி
- அவற்றால்
இருளை அள்ளிக் கொட்டுவோம்

என்பன இந்நாடகத்தில் இடம் பெற்ற கவிதைகளின் சில துண்டுகளாகும். இத்துண்டுகளை பெரிதாகவும் சிறிதாகவும் ஆங்காங்கே ஒட்டி, அழகிய - அதே நேரம் நிறைய செய்திகளைப் பேசுகின்ற - ஒட்டுச்சித்திரம் (கொலாஜ்) போன்று மங்கையவர்கள் இந்நாடகத்தினை வடிவமைத்து நெறிப்படுத்தியிருக்கின்றார்.

பல வர்ணக் கடதாசிகளையும் சிறிய சிறிய பொருட் களையும் கொண்டு கொலாஜ் சித்திரம் உருவாக்கப்படுகின்றது. குறிப்பிட்ட பிரச்சினையின் போது தவற விடப்பட்ட ஆனால் கட்டாயம் கவனிக்கப்பட வேண்டிய பகுதிகளை பிரதிநிதித்துவப் படுத்தும் துண்டுகளை ஒட்டுவதன் மூலம் இது உருவாக்கப்படு கின்றது. காவலம்மா நாடகமும் கிட்டத்தட்ட ஒரு கொலாஜ்

சித்திரம் போன்றே காணப்படுகின்றது. விடுபட்ட பிரச்சினை களின் துண்டுகளும் ஏற்கனவே சொல்லப்பட்ட பிரச்சினைகளின் துண்டுகளும் புது வர்ணத்துடனும் (புது முறைமை) சேர்த்து ஒட்டப்பட்டதாகவே காவலம்மா நாடகம் அமைந்துள்ளது.

இந்நாடகம் பார்ப்பதற்கும் விளங்கிக் கொள்வதற்கும் சாதாரண பார்வையாளனால் முடியாது என நினைக்கின்றேன். ஏனெனில் இந்நாடகத்தினை விளங்கிக் கொள்வதற்கு நாடகக் கொள்கைகள், ஆற்றுகை முறைமைகள் சார் பரிச்சயமும் குறிப்பிட்ட பிரச்சினை சார்ந்த புரிதலும் மிக அவசியமாகத் தேவைப்படுகிறது. நாடக வசனங்கள் கவிதையினை அடிப்படையாகக் கொண்டதாலும் ஆற்றுகை முறைமை புதுவித அரங்க முயற்சியாக இருந்தமையாலும் கருத்துக்கள் தந்தி முறை போன்றும் காட்சிகள் கவிதைப் படிமங்கள் போன்றும் இருந்தன.

நாடகமானது உணர்ச்சித் தொடராகவோ, அன்றி சிக்கல் தொடராகவோ இன்றி துண்டுத் துண்டு உணர்வுகளாகவும் துண்டுத் தண்டுச் சிக்கல்களாகவும் நகர்ந்தமையால் இந்தத் துண்டுகளை ஒவ்வொருவரும் தங்களுக்குத் தெரிந்த பிரச்சினையுடன் பொருத்தி அவற்றுக்குரிய அர்த்தப்பாட்டினை கொடுக்கக் கூடிய வெளி (Space) இந்நாடகத்தில் விடப்பட்டிருக்கின்றது. பெரும்பாலான நாடகங்கள் பொதுவாக உணர்வுத் தளத்தில் நின்று, ஆரம்பம், சிக்கல், வளர்ச்சி, முடிவு எனும் முறைமையிலேயே அமைந்து காணப்படுகின்றன. இந்நாடகம் இத் தன்மையிலிருந்து மாறுபட்டு வேறு தளத்தில் செயற்படுவதைக் காண முடிகின்றது. இம் முறைமை உணர்வு வயப்பட்டவர்களாக பார்வையாளர்களை இருக்கப்பண்ணாது சிந்திக்க வைப்பதற்கான சாத்தியப்பாடுகளை ஏற்படுத்தி நிற்கின்றது.

1. எமக்குத் தெரிந்த, பழகிய பொருட்களுக்கு புதிய அர்த்தங்கள் ஏற்றபட்டமை.

2.தெரிந்த விளையாட்டுப் பாடல்களுக்கு தற்காலத்தின் வலிகள் பொருத்திப் பார்க்கப்பட்டமை.

3.சடங்குப் பாடல்களை எழுச்சியின், மலர்ச்சியின் அடையாளமாக காட்டப்பட்டமை.

என எளியதிலிருந்து (தெரிந்தவற்றிலிருந்து) தெரியாத ஆனால் தெரியப்படுத்த வேண்டிய சிக்கலைப் புரிந்து கொள்வதற்கான உத்திகள் இங்கே கையாளப்பட்டிருக்கின்றன.

நாடகத்திற்கான இசையினை சுவாமி விபுலானந்த அழகியற் கற்கைகள் நிறுவக விரிவுரையாளர்களான செல்வி சரஸ்வதி சுப்பிரமணியம் அவர்களும் திரு.தெ. பிரதீபன் அவர்களும் வழங்கியிருந்தனர். காட்சி மாற்றம், பிரச்சனை மாற்றம், சடங்குகளுக்கான இசை என இயக்குனரின் எண்ண ஓட்டத்திற்குத் தக இசை சரியாக அமைக்கப்பட்டிருந்தது.

காட்சியமைப்பினை எடுத்து நோக்கும் போது, மனக்கண் முன்னே தனித்தனி படிமங்களாக நிறுத்திப் பார்க்கும் போது ஒவ்வொரு அசைவின் நிறுத்தமும் ஒரு சிறப்பான நவீன ஓவியம் போல் இருப்பதைக் காண முடிகின்றது. அரசியலை நேரடியாகப் பேசமுடியாதாகையால் அதனைப் பேசுவதற்கான பொறுப்புக் களை குறியீடுகள் எடுத்துக் கொண்டமையை அவதானிக்க முடிந்தது. பேசாப் பொருட்களை கூக்குரலிட்டு பேச வைத்திருக்கிறார் மங்கையவர்கள்.

1. குறுக்காகப் பிடித்திருந்த கயிறு
2. கசக்கப்பட்ட பிளாஸ்ரிக் போத்தல்கள்
3. தொங்கவிடப்பட்ட உடை
4. அகப்பை
5. ஒலைக் கிடுகு
6. மீன் பிடிக்கும் கூடு
7. கூடை

என்பன எல்லாமே தெரிந்த சாதாரண பொருட்கள்தான் ஆனால் அவை எல்லாமே அசாதாரணத் தன்மையோடு பல்வேறு விடயங்களை எம்முடன் பெரும் சப்தத்தோடு உரையாடுகின்றன.

'காவலம்மா' புது வித அரங்க முயற்சியாக, விடுபட்ட பிரச்சினைகளினது துண்டுகளின் சேர்க்கையாக காணப்படுவ தோடு காலத்தின் கரிசனை நிறைந்த குரலாகவும் ஓங்கி ஒலிக்கின்றது.

திரு. க. மோகனதாசன்
விரிவுரையாளர்.
சுவாமி விபுலானந்த அழகியற் கற்கைகள் நிறுவகம்.
கிழக்குப்பல்கலைக் கழகம்.
பெண் இதழ்: 16:1

குறிப்புகள்

www.ingramcontent.com/pod-product-compliance
Lightning Source LLC
LaVergne TN
LVHW021711210726
843510LV00015B/1262